AF741547

കിനാവൂരിലെ ഉണ്ണൂണ്ണി

kinavoorile unnoonni
children's novel

•

e p pavithran

•

first chintha edition
july 2013

•

typesetting
megha

•

published
chintha publishers, thiruvananthapuram

•

printed
akshara offset, thiruvananthapuram

•

cover & illustration
sudheer p y

•

price
rupees one hundred fifteen only

വിതരണം

ദേശാഭിമാനി ബുക്ക് ഹൗസ്

H O തിരുവനന്തപുരം–695 035
phone: 0471-2303026, 6063026
www.chinthapublishers.com
chinthapublishers@gmail.com

ബ്രാഞ്ചുകൾ

ഹെഡ്ഡാഫീസ് ബ്രാഞ്ച് കുന്നുകുഴി • ഓവർബ്രിഡ്ജ് തിരുവനന്തപുരം • കെ എസ് ആർ ടി സി ബസ് സ്റ്റേഷൻ ആലപ്പുഴ • കെ എസ് ആർ ടി സി ബസ് സ്റ്റേഷൻ എറണാകുളം • മച്ചിങ്ങൽ ലെയ്ൻ തൃശൂർ • ഐ ജി റോഡ് കോഴിക്കോട് • മാവൂർ റോഡ് കോഴിക്കോട് • എൻ ജി ഒ യൂണിയൻ ബിൽഡിങ് കണ്ണൂർ • സെൻട്രൽ ബസ് ടെർമിനൽ കോംപ്ലക്സ് താവക്കര കണ്ണൂർ

CO - 1948 / 3306

കിനാവൂരിലെ ഉണ്ണൂണ്ണി

(ബാലനോവൽ)

(1994 ലെ ഏറ്റവും മികച്ച സർഗാത്മക കൃതിക്കുള്ള
സംസ്ഥാന ബാലസാഹിത്യ ഇൻസ്റ്റിറ്റ്യൂട്ട് അവാർഡ്
നേടിയ കൃതി)

ഇ പി പവിത്രൻ

ചിന്ത പബ്ലിഷേഴ്സ്
തിരുവനന്തപുരം-695 035
വില : ₹ 115

ഇ പി പവിത്രൻ

ജനനം: 1960. കിഴിശ്ശേരി, മലപ്പുറം ജില്ല. കോഴിക്കോട് ഗവ. ആർട്സ് ആന്റ് സയൻസ് കോളേജ്, ഫാറൂഖ് കോളേജ് എന്നിവിടങ്ങളിൽ പഠിച്ചു. കാലിക്കറ്റ് യൂണിവേഴ്സിറ്റിയിൽ ജോലി ചെയ്യുന്നു.

കൃതികൾ : *ചില്ലുകൊട്ടാരങ്ങളിലെ കാവൽക്കാർ* (ഡി സി ബുക്സ്, കേസരി അവാർഡ് നോവൽ), *അസർ ബൈജാനിലെ ഇബ്രാഹിം* (വിവർത്തനം). കൂടാതെ ആനുകാലികങ്ങളിൽ കഥകളെഴുതുന്നു.

ഭാര്യ : പത്മജ
മക്കൾ : സൂര്യകിരൺ, ഹരിചന്ദൻ
വിലാസം : 'കാവില്ലം'
രാമനാട്ടുകര
കോഴിക്കോട് 675 633

അവതാരിക

കുഞ്ഞുണ്ണിമാഷ്*

ശ്രീ. പവിത്രന്റെ *കിനാവൂരിലെ ഉണ്ണൂണ്ണി* ഞാൻ വായിച്ചു. മലയാളത്തിൽ കുട്ടികൾക്കായി ഒരുപാട് പുസ്തകങ്ങളിറങ്ങുന്നുണ്ട്; കഥയായിട്ടും കഥയില്ലായ്മയായിട്ടും. ഇതിൽ രണ്ടാമത് പറഞ്ഞ കൂട്ടത്തിലാണോ കൂടുതൽ എന്ന് ചിലപ്പോൾ തോന്നാറുമുണ്ട്. ഓർമയിൽ നിലനിൽക്കുന്ന നോവലുകൾ നന്നെ കുറവു തന്നെ.

കുട്ടികൾക്കുവേണ്ടിയുള്ള എഴുത്ത് കുട്ടിക്കളിയാണെന്നാണ് പലരുടേയും ധാരണ. വിശ്വോത്തരമായ പഞ്ചതന്ത്രം കഥകളും വിക്രമാദിത്യന്റെയും തെന്നാലിരാമന്റെയും വീർബലിന്റെയുമൊക്കെ കഥകൾ പിറവിയെടുത്തത് ഈ നാട്ടിലാണ്. സമ്പന്നമായ ഒരു നാടോടികഥാപാരമ്പര്യവും നമുക്കുണ്ട്. എന്നിട്ടുമെന്തേ അവയെപ്പോലെ പിന്നീടൊന്നുമുണ്ടാകാഞ്ഞത്?

കാരണം മറ്റൊന്നുമല്ല. കുട്ടികൾക്കുവേണ്ടി എഴുതണമെങ്കിൽ കുട്ടിയായി മാറണം. മനസിൽ കുട്ടിത്തത്തിന്റെ നിഷ്കളങ്കത വേണം. അതില്ലാതെ എഴുതുമ്പോഴാണ് ആദ്യം പറഞ്ഞ കഥയില്ലായ്മകൾ പുറത്തുവരുന്നത്.

കിനാവൂരിലെ ഉണ്ണൂണ്ണി എനിക്ക് വളരെ ഇഷ്ടമായി. *മാതൃഭൂമി*യിൽ ഖണ്ഡശ്ശഃ പ്രസിദ്ധീകരിച്ച ഈ നോവലിൽ കൂടിയാണ്

* കുഞ്ഞുണ്ണിമാഷ് രണ്ടാം പതിപ്പിനെഴുതിയ അവതാരിക (1994)

പവിത്രനെ ഞാൻ പരിചയപ്പെടുന്നത്. ഇതിന്റെ ഇതിവൃത്തം ഇതുവരെ കൈകാര്യം ചെയ്യപ്പെട്ടിട്ടില്ലാത്ത ഒന്നാണ്. പുതുമയും തനിമയും ഉള്ള ഒരു ബാലനോവൽ എന്ന് ഈ പുസ്തകത്തെക്കുറിച്ച് പറയാം. ഇത് മലയാള ബാലസാഹിത്യത്തിലെ ഒന്നാന്തരം കൃതികളിൽപ്പെടുന്നു എന്നാണെന്റെ അഭിപ്രായം. കിനാവൂരിനെയും അവിടത്തെ ഉണ്ണൂണ്ണിയെയും കുട്ടികൾക്കും മുതിർന്നവർക്കും ഒരുപോലെ ഇഷ്ടമാവുമെന്നതിൽ സംശയമില്ല.

കിനാവൂരിലെ ഉണ്ണൂണ്ണി ഞാൻ സന്തോഷപൂർവം വായനക്കാർക്കു മുമ്പിൽ അവതരിപ്പിക്കുന്നു.

ഒന്ന്

മേടം കഴിഞ്ഞു. ഇടവവും കഴിയാറായി. മണ്ണിനു കുളിരായി പെയ്തിറങ്ങേണ്ട കരിമേഘങ്ങൾ ആകാശത്തെങ്ങും എത്തി നോക്കിയില്ല. തീയായെരിഞ്ഞുതിരുന്ന വേനലിൽ കിനാവൂരിന്റെ അകവും പുറവും വെന്തുനീറി. വർഷം പിറക്കുമ്പോൾ നടാനായി വിഷു തട്ടിപ്പാവിയ നെൽവിത്തുകളെല്ലാം മുളപൊട്ടാതെ കരിഞ്ഞുണങ്ങിയപ്പോൾ കിനാവൂരിലെ കർഷകർ നെഞ്ചത്ത് കൈവച്ചു.

"ഈശ്വരമ്മാരെ....."

എന്നിട്ടും മണ്ണിന്റെ വറ്റാത്ത കണ്ണീർച്ചാലുപോലെ ശോഷിച്ച് ഇഴഞ്ഞു നീങ്ങുന്നുണ്ടായിരുന്നു കിനാവൂർ പുഴ. നേരവും നിഴലും നോക്കി പുഴയിൽ അലക്കാനും കുളിക്കാനും വന്നെത്തുന്ന കിനാവൂരിലെ പെണ്ണുങ്ങൾ തമ്മിൽത്തമ്മിൽ പറഞ്ഞു:

"ങ്ങന്യായാൽ ഭൂമീല് വല്ലോം ബാക്കിണ്ടാവോ!"

അന്നൊരു രാത്രിയിലാണ് ഉണ്ണൂണ്ണി പിറന്നുവീണത്. പുഴക്കരെനിന്ന് അധികമകലെയല്ലാത്തൊരു വീട്ടിൽ. പിറക്കാൻ പോകുന്ന ഉണ്ണിയുടെ അമ്മയ്ക്ക് അസുഖം തുടങ്ങിയെന്നറിഞ്ഞപ്പോഴേ അയൽപക്കത്തെ പെണ്ണുങ്ങളെല്ലാം അവിടെയെത്തിയിരുന്നു. ഓരോരോ പണികളിലേർപ്പെട്ടും അടക്കിപ്പിടിച്ച സ്വരത്തിൽ വർത്തമാനം പറഞ്ഞും അവർ നേരം തള്ളിനീക്കി. വയറ്റാട്ടിത്തള്ള നേരത്തേതന്നെ എത്തിയിട്ടുണ്ട്. കിനാവൂർ ചന്തയിൽ

സാധനങ്ങൾ വാങ്ങാൻ പോയ അച്ഛനെ ആരോ ആളെവിട്ടാണ് വീട്ടിലേക്ക് വരുത്തിയത്. അപ്പോൾ നേരം സന്ധ്യ കഴിഞ്ഞിരുന്നു. അകത്തെ മുറിയുടെ അടഞ്ഞ വാതിലിനു പിറകിൽ എന്തു നടക്കുന്നുവെന്നറിയാഞ്ഞ് ഇരിക്കപ്പൊറുതിയില്ലാതെ അങ്ങോട്ടുമിങ്ങോട്ടും നടക്കുകയായിരുന്നു അച്ഛൻ. അകത്തേക്കും അവിടവിടെ നക്ഷത്രങ്ങൾ മിന്നിത്തുടങ്ങുന്ന ആകാശത്തേക്കും ഇടയ്ക്കിടെ ആ കണ്ണുകൾ നീണ്ടു ചെന്നു.

നോക്കി നിൽക്കെ എവിടെനിന്നൊക്കെയോ ആകാശത്ത് കരിമേഘങ്ങൾ വന്നു നിറഞ്ഞു. നക്ഷത്രങ്ങളുടെ പ്രഭയും ആകാശത്തിന്റെ തെളിമയും എല്ലാം മറഞ്ഞുപോയി. മാനം കറുത്തു. എങ്ങും കുറ്റാക്കൂരിരുൾ മൂടി.

പെട്ടെന്നൊരു മിന്നൽ. ആകാശം പകുതിയോളം വിണ്ടുകീറിയതുപോലെ. പിന്നെ മാനം പൊട്ടിപ്പിളർന്നു വീഴുകയാണെന്ന് തോന്നിച്ച ഇടിയും. പടിഞ്ഞാറുനിന്ന് അലറിയടുക്കുന്ന പേമാരിയുടെ ആരവമാണ് തുടർന്നു കേട്ടത്.

അടഞ്ഞ മുറിക്കുള്ളിൽ നിന്നപ്പോഴൊരു ശബ്ദമുയർന്നു. ഒരു ഉണ്ണിയുടെ കരച്ചിൽ. ഉണ്ണൂണ്ണിയുടെ ആദ്യത്തെ കരച്ചിൽ.

അച്ഛൻ മുറ്റത്തുനിന്ന് ഉമ്മറത്തേക്കു കയറിയപ്പോൾ അയൽപക്കത്തെ പെണ്ണുങ്ങളിലാരോ മണ്ണെണ്ണവിളക്കുമായി അടുത്തെത്തിപ്പറഞ്ഞു:

“കഴിഞ്ഞിരിക്ക്ണൂ.... ആങ്കുട്ട്യാ....”

അവരുടെ മുഖത്തെ ചിരി കണ്ടപ്പോഴാണ് അച്ഛന് ശ്വാസം നേരെ വീണത്.

“എന്നാലും ശ്ശി അതിശാണ് കാര്യം” അവർ തുടർന്നു.

“എന്താദ്?”

“പൊറത്ത് വന്നപ്പൊ ഉണ്ണി ചിരിക്ക്യായിരുന്നൂന്നാ വയറ്റാട്ടിത്തള്ള പറഞ്ഞത്. ഒരു പെട കൊടുത്തപ്പഴാ കരഞ്ഞേത്രേ.”

അപ്പോഴേക്കും തുള്ളിക്കൊരു കുടം പെയ്ത് പുതുമഴ മുറ്റത്തെത്തിയിരുന്നു. ഓട്ടിൻപുറത്ത് തുരുതുരാ ആലിപ്പഴങ്ങൾ വന്നു വീണു. ആരോ കല്ലു വാരിയെറിയുന്നതുപോലെ. തെക്കേപ്പറമ്പിലൊരു ചമ്പത്തെങ്ങ് ഭയങ്കര ശബ്ദത്തോടെ കടപുഴകി വീണു. പെരുമഴ പെയ്തുപെയ്ത് മുറ്റത്ത് മുട്ടറ്റംവരെ പുതുവെള്ളം കെട്ടിനിന്നു.

മഴ മുറുകിമുറുകിവന്നപ്പോൾ വയറ്റാട്ടിത്തള്ള ഉണ്ണൂണ്ണിയുടെ

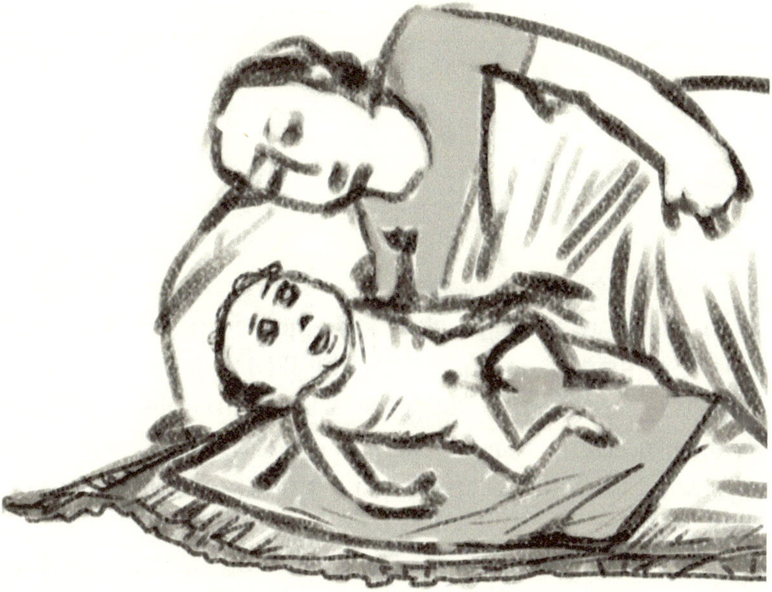

അച്ഛന്റടുത്തേക്ക് വന്നു.

"ഭാഗ്യം തന്നെ. ശ്ശി വെഷമായിരുന്നൂ പ്രസവം" അവർ പറഞ്ഞു

വയറ്റാട്ടിത്തള്ള മടിക്കുത്തിൽനിന്നും ഒന്നു മുറുക്കാനുള്ള ചിട്ടവട്ടങ്ങളൊരുക്കി. ഉമ്മറത്തൂണിനരികിൽനിന്ന് കുഞ്ഞിയുരലെടുത്തതിലിട്ട് കുഞ്ഞിയുലക്കകൊണ്ട് നാലഞ്ചിടിയിടിച്ച് പല്ലില്ലാത്ത വായിലേക്ക് തിരുകിവെച്ചു. പിന്നെ അകത്തേക്ക് പോകുന്ന പോക്കിൽ മുറ്റത്തെ മഴവെള്ളത്തിലേക്കൊന്നു നീട്ടിത്തുപ്പിപ്പറഞ്ഞു:

"ചില്ലറക്കാരനാവാൻ തരംല്ല്യാ. കാറ്റും കോളും കൊണ്ടാ വരവ്തന്നെ."

രണ്ട്

ആരും അറിഞ്ഞുകൊണ്ട് ചൊല്ലിവിളിച്ച പേരല്ല 'ഉണ്ണൂണ്ണി' എന്ന്. അതങ്ങു വീണുപോയതാണ്. ഏതോ ഒരു സന്ധ്യ. ഇരുൾ വീണു തുടങ്ങിയ നേരം. മാനത്തമ്പിളിയുദിച്ചിരുന്നു. ഒക്കത്തുണ്ണിയെ ഇരുത്തി ഇടംകൈയിൽ പിഞ്ഞാണംപിടിച്ച് മാനത്ത് അമ്പിളിയമ്മാവനെ കാട്ടി കിന്നാരം പറഞ്ഞ് തൈരു കൂട്ടിക്കുഴച്ച് മാമു കൊടുക്കുകയായിരുന്നു അമ്മ. അവന്റെ അത്താഴം സന്ധ്യയ്ക്കേ കഴിയും.

മുറ്റത്തിന്റെ കിഴക്കേ അതിരിലെ തത്തമ്മച്ചുണ്ടൻ മാവിന്റെ ചുവട്ടിൽ ഉണ്ണിയെയും ഒക്കത്തിരുത്തി അമ്മ നിൽക്കും. ഒക്കത്തിരുന്ന് ഉണ്ണി കാതോർക്കും. കുരുവിയമ്മ വിളിക്കുന്നുണ്ടോ. തത്തമ്മച്ചുണ്ടൻ മാവിന്റെ എത്താച്ചുള്ളിയിലാണ് കുരുവിയും മക്കളും കൂടുകെട്ടിപ്പാർക്കുന്നത്. സന്ധ്യയ്ക്ക് കൂടണയുന്ന കുരുവികൾ ഉണ്ണിക്ക് എന്നും പാട്ടുപാടിക്കൊടുക്കാറുണ്ടായിരുന്നു.

അന്നവന് നല്ല വിശപ്പുള്ള ദിവസമായിരുന്നു. പിഞ്ഞാണം കാലിയായപ്പോൾ അമ്മ പറഞ്ഞു:

"ഉണ്ണീടെ കുമ്പ നിറഞ്ഞു. ഇനി മതി."

അതു കേട്ടപ്പോഴേ തുടങ്ങി ശാഠ്യം.

"മതീടാ. ഇനീം തിന്നാൽ സൂക്കേട് വരൂലേ?" അമ്മ ചോദിച്ചു.

ശാഠ്യം വാശിയായി. വാശി കരച്ചിലായി.

തെക്കേ വീട്ടിലെ ഇന്നമ്മ വഴി തപ്പിപ്പിടിച്ച് വടിയും കുത്തി വരുന്നുണ്ടായിരുന്നു.

“ന്താപ്പൊരു നാദസ്വരക്കച്ചേരി?”

അടുത്തെത്തിയപ്പോൾ ഇന്നമ്മ ചോദിച്ചു.

“ചോറ് തെകയാഞ്ഞിട്ടേ. ഇതെന്റെ മൂന്നാമത്തെ സന്തത്യാ. ഇപ്രായത്തില് കുട്ട്യോളെത്ര തിന്നുംന്ന് നിക്ക് നല്ലോണം നിശ്ശ ണ്ട്. ഒറ്റവറ്റ് കൊടുക്കില്ല്യാ ഞാൻ.”

അമ്മയ്ക്കും വാശി കയറി.

കച്ചേരി മുറുകി മുറുകി വന്നു.

അടുത്തെത്തി അവന്റെ വീർത്ത കുമ്പയിൽത്തട്ടി ഇന്നമ്മ പറഞ്ഞു:

“അടട ഉണ്ണൂണ്ണ്യേ. ങ്ങന്യങ്ങ് തൊടങ്ങ്യാലോ. മൂത്തത് രണ്ട് പെണ്ണാ. മുതിർന്നിട്ട് കുടുംബം പുലർത്തണ്ടോനാ. തിന്നാവുന്നായാൽ പറ്റില്ല.”

എന്തുകൊണ്ടെന്നറിഞ്ഞില്ല. അത് കേട്ടപ്പോഴേ ഉണ്ണി കരച്ചിൽ നിർത്തി. ഒരുപക്ഷേ, ഇന്നമ്മ പറഞ്ഞതൊക്കെ മനസിലായിക്കാണും.

കൈ കഴുകിക്കാൻ കൊണ്ടുപോവുമ്പോൾ അമ്മ പറഞ്ഞു:

“ഇവനൊരുണ്ണൂണ്ണി തന്നെ.”

അങ്ങനെയാണാ പേരു വീണത്, ‘ഉണ്ണൂണ്ണി’ന്ന്.

കിനാവൂരിലെ മറ്റേതൊരു കുട്ടിയെയും പോലെതന്നെയാണ് ഉണ്ണൂണ്ണിയും വളർന്നത്, സ്നേഹ വാത്സല്യങ്ങളുടെ നടുക്ക്.

മൂത്ത പെങ്ങൾ സരസ്വതിക്ക് ഉണ്ണൂണ്ണിയെക്കാൾ പത്തു വയസ്സ് കൂടുതലാണ്. അതിനുതാഴെ കാഞ്ചനവല്ലി. അവൾക്കും ഉണ്ണൂണ്ണിക്കും തമ്മിൽ വ്യത്യാസം ആറു വയസ്സ്.

പെങ്ങന്മാർ സ്കൂളിൽ പോയാൽ പിന്നെ അടുത്ത വീടുകളിലാണ് ഉണ്ണൂണ്ണിയുടെ താവളം. അയൽപക്കക്കാർക്കൊക്കെക്കൂടി ആകെയൊരുണ്ണൂണ്ണിയേ ഉണ്ടായിരുന്നുള്ളൂ.

തെക്കേവീട്ടിലെ ഇന്നമ്മയോടായിരുന്നു അവനേറെ ഇഷ്ടം. അവർക്ക് വായിലൊറ്റ പല്ലില്ല. അസ്സലായിട്ട് പാട്ടുപാടും. ഹരിനാമകീർത്തനവും ജ്ഞാനപ്പാനയും. അവിടെ കളിക്കാൻ മുറുക്കാൻ ചെല്ലമുണ്ട്. ചെല്ലം തുറന്നാൽ ചുണ്ണാമ്പ് ഡപ്പി കിട്ടും. ചുമരിലും നിലത്തുമൊക്കെ ചുണ്ണാമ്പ് തോണ്ടിത്തേച്ചു കളിക്കാൻ നല്ല രസമാണ്. ഇന്നമ്മ ദേഷ്യപ്പെടുകയേ ഇല്ല. ചിലപ്പോൾ കളിയായിട്ടൊന്നടിക്കാനോങ്ങും. അതും ചിരിച്ചുകൊണ്ട്.

പിന്നെയൊരു കളിക്കൂട്ടുള്ളത് കാമാക്ഷി എന്ന പശുക്കിടാവാണ്. അവളെപ്പോഴും മണികിലുക്കി ഓട്ടമാണ്. ഉണ്ണൂണ്ണിയെക്കണ്ടാൽ സന്തോഷത്തോടെ അടുത്തേക്കോടി വരും. പക്ഷേ, അമ്മയ്ക്കു പേടിയാണ്. കാമാക്ഷി ഉണ്ണൂണ്ണിയെക്കാൾ വികൃതി

യായതുകൊണ്ട് അവനെ തട്ടിമറിച്ചിട്ട് ഓടിക്കളയും. പിന്നെ പറഞ്ഞിട്ട് കാര്യമുണ്ടോ.

ഇടയ്ക്കൊക്കെ പുഴക്കടവിൽ കുളിക്കാൻ പോകുമ്പോൾ അമ്മ ഉണ്ണൂണ്ണിയെയും കൊണ്ടുപോവും. അതൊരു രസമുള്ള കാര്യമാണ്.

കിനാവൂരിലെ പുഴയിൽ ഏതുകാലത്തും കണ്ണാടിപോലെത്തെ വെള്ളമാണ്. നിറയെ കൊച്ചുമീനുകളുണ്ട്. വെള്ളത്തിൽ കാലുവെച്ചാൽ അവ കൂട്ടമായി വന്ന് ഇക്കിളിപ്പെടുത്തും.

പുഴയ്ക്കക്കരെ അകലെ നിരനിരയായി കുന്നിൻ തലപ്പു കാണാം. മേഘക്കീറുകളാൽ പൊതിഞ്ഞും ചിലപ്പോൾ നീല നിറത്തിൽ തെളിഞ്ഞും ആകാശത്തിനു താങ്ങുകൊടുത്തതു പോലെ അവ നിന്നു. അവയിൽ കാടും കരിമ്പാറക്കെട്ടുകളുമുണ്ടായിരുന്നു.

ഈ മലകളാണ് കിനാവൂരിന്റെ അതിര്. ആ അതിരുകൾക്കിപ്പുറം കിനാവൂർപ്പുഴ സ്വച്ഛന്ദമായൊഴുകി. കിനാവൂരിലെ നെൽവയലുകളിൽ കതിരുകളുലഞ്ഞാടി. അവിടെ ഓണവും വിഷുവും മാറി മാറി വിരുന്നു വന്നു.

കിനാവൂരിൽ ഒരുണ്ണൂണ്ണി വളർന്നു വളർന്നു വന്നു.

മൂന്ന്

മൂത്തവൾ സരസ്വതി ഏഴാം ക്ലാസിൽനിന്ന് ജയിച്ചപ്പോൾ വീട്ടിലതൊരാലോചനാ വിഷയമായി. കിനാവൂരിലെ സ്കൂളിൽ ഏഴുവരെയേ ഉള്ളൂ. തുടർന്നു പഠിക്കണമെങ്കിൽ ഹൈസ്കൂളിൽ ചേർക്കണം. അത് മൂന്നു നാഴിക അകലെയാണ്. ബസൊന്നും ആ വഴിക്ക് പോവില്ല. തോന്നുമ്പോൾ വരികയും പോവുകയും ചെയ്യുന്ന രണ്ടേ രണ്ടു ബസ്സേ അന്ന് കിനാവൂരിലേക്ക് ഉണ്ടായിരുന്നുള്ളൂ.

കഷ്ടപ്പാടാലോചിച്ച് അമ്മ പറഞ്ഞു:

"അങ്ങനെ ദിവസേന അഞ്ചെട്ട് നാഴിക നടന്ന് പഠിച്ചിട്ട് ന്റെ മോളിപ്പം മൈസ്രേട്ടാവേണ്ട."

അച്ഛനൊന്നും പറഞ്ഞില്ല.

സരസ്വതിക്ക് വലിയ നിരാശയായി. ആ പകൽ മുഴുക്കെ അവൾ അന്നം തൊട്ടില്ല. കരഞ്ഞു വീർത്ത മുഖവുമായി വടക്കേ അറയുടെ മൂലയ്ക്ക് ഒരേയൊരിരിപ്പ് തന്നെ. രാത്രിയും പട്ടിണി കിടക്കാനാണ് ഭാവമെന്നറിഞ്ഞപ്പോൾ അച്ഛൻ അടുത്തു ചെന്നു.

"ന്തേ മോളേ?"

"ഇനിക്ക് പഠിക്കണം." സരസ്വതിക്ക് തേങ്ങലൊതുക്കാനായില്ല.

ആ കണ്ണീരിനു മുമ്പിൽ അച്ഛന് കീഴടങ്ങേണ്ടി വന്നു.

രാവിലെ എട്ടു മണിക്കേ നടത്തം തുടങ്ങണം ഹൈസ്കൂളിലേക്ക്. എന്നാലേ മണിയടിക്കാറാവുമ്പോഴേക്ക് അങ്ങെത്തൂ. വൈകുന്നേരം തിരിച്ചെത്താനും അങ്ങനെയാണ്. സന്ധ്യയാവാറാവും. കിനാവൂരിൽനിന്ന് വേറെയും കുട്ടികൾ ഹൈസ്കൂളിൽ പോകാനുണ്ട്. അവരെല്ലാംകൂടി ഒന്നിച്ചാണ് യാത്ര. വയലും പറമ്പും ഇടവഴികളും പിന്നിട്ട് പാട്ടും കഥകളും കൈമാറി പാതി നടന്നും പാതി ഓടിയും അങ്ങോട്ടും തിരിച്ചിങ്ങോട്ടുമുള്ള ആ യാത്ര ബഹുരസമാണ്.

വീടുവഴി വരാറുള്ള മറ്റു പെൺകുട്ടികൾക്കൊപ്പം സരസ്വതിയെ യാത്രയാക്കാറുള്ളത് ഉണ്ണൂണ്ണിയാണ്. കണ്ണിൽനിന്ന് മറയാൻ നേരത്ത് അവർ തിരിഞ്ഞുനിന്ന് ഒന്നിച്ചു വിളിച്ചു പറയും:

"ഉണ്ണൂണ്ണിക്കുട്ടാ വൈകുന്നേരം കാണാട്ടോ."

ഒരു ദിവസം പോകാൻ നേരത്ത് സരസ്വതി ചോദിച്ചു:

"ഉണ്ണൂണ്ണിക്കുട്ടൻ വരുന്നോ ഞങ്ങടെ കൂടെ?"

ഉണ്ണൂണ്ണി സന്തോഷത്തോടെ തല കുലുക്കി.

സരസ്വതി ചെന്ന് സമ്മതം ചോദിച്ചപ്പോൾ അമ്മ പറഞ്ഞു:

"വേണ്ട."

ഉണ്ണൂണ്ണിയല്ലേ ആള്. നാദസ്വരമങ്ങു തുറന്നു. അമ്മയുടെ അനുവാദം കിട്ടിയിട്ടേ അതടച്ചുള്ളൂ.

സരസുവിന്റെ കൂട്ടുകാരികൾക്കും ഉഷാറായി.

ഉണ്ണൂണ്ണിയെ പുറപ്പെടുവിക്കാനൊക്കെ അവരും സഹായിച്ചു.

അന്നായിരുന്നു അവന്റെ ആദ്യത്തെ സ്കൂൾ സന്ദർശനം. അതും എട്ടാം ക്ലാസിലേക്ക്.

സ്കൂളിലെത്തിയപ്പോൾ അന്ന് നേരം വൈകിയിരുന്നു. എട്ടാം ക്ലാസുകാർക്ക് രാവിലെതന്നെ മലയാളമാണ് വിഷയം. ശുണ്ഠിക്കാരൻ മുൻഷിയുടെ ക്ലാസ്.

വാതിൽക്കൽ തലകൾ കണ്ടപ്പോഴേ മുൻഷി പറഞ്ഞു:

"ദാ വര്ണൂ കിനാവൂരിലെ തമ്പുരാട്ടിമാര്."

അവർ മൂന്നു നാഴിക അകലെനിന്ന് വരികയാണെന്നതൊന്നും മുൻഷിക്ക് പ്രശ്നമല്ല. ആ ക്ലാസ് കഴിയുന്നതുവരെ പുറത്ത് നിർത്തും. നേരം വൈകിയാൽ അതാണ് പതിവ്. പക്ഷേ അന്ന് ആദ്യംകണ്ട തല ഉണ്ണൂണ്ണിയുടേതായിരുന്നു.

"അമ്പടാ ഭീമസേനാ വാ... വാ...."

അതോടെ ക്ലാസിൽ കയറാനുള്ള അനുവാദവും കിട്ടി. സരസുവിന്റെ തൊട്ടടുത്തുതന്നെ ഉണ്ണൂണ്ണിയും സ്ഥാനം പിടിച്ചു.

ക്ലാസിലെ മുഴുവൻ കണ്ണുകളും ഉണ്ണൂണ്ണിയിലായിരുന്നു. പെൺകുട്ടികൾ പലരും അസൂയയോടെ സരസുവിനെയും നോക്കി.

"ന്താ വിദ്വാന്റെ പേര്?" മുൻഷി അടുത്തുവന്ന് ചോദിച്ചു.

"ഉണ്ണൂണ്ണി" അവൻ ഉറക്കെ പറഞ്ഞു.

"മിടുക്കൻ മിടുമിടുക്കൻ" മുൻഷിക്ക് അവനെ നന്നായി ബോധിച്ചു.

അന്ന് മുൻഷി ധാരാളം കഥകൾ പറഞ്ഞു.

ചെറുശ്ശേരിയുടെ *കൃഷ്ണഗാഥ*യെക്കുറിച്ചായിരുന്നു മുൻഷി തലേദിവസം ക്ലാസിൽ പറഞ്ഞിരുന്നത്. തലേദിവസത്തെ പാഠത്തിൽനിന്നും പിറ്റേന്ന് കുറേ ചോദ്യങ്ങൾ ചോദിക്കുക എന്നൊരു സ്ഥിരം പതിവുണ്ട് മൂപ്പർക്ക്. ഉത്തരം പറഞ്ഞില്ലെങ്കിൽ ശുണ്ഠിയാണ്.

അന്നൊരു ചോദ്യം സരസുവിനോടായിരുന്നു.

"ചതുരംഗത്തിൽ തോൽക്കുമെന്നു കണ്ട രാജാവിനെ ജയിപ്പിക്കാൻ രാജ്ഞി അകത്തുനിന്ന് പാടിയ പാട്ടേതായിരുന്നു?"

സരസു നിന്നു വിയർത്തു. നാക്കിൻ തുമ്പത്ത് കിടന്ന് കളിച്ചിട്ടും അവൾക്കാ വരികൾ ഓർമ വന്നില്ല.

സരസുവിന്റെ പരുങ്ങൽ ഉണ്ണൂണ്ണിക്കത്ര പിടിച്ചില്ല. രാജാവിന്റെ ചതുരംഗക്കളിയുടെ കഥയും രാജ്ഞിയുടെ പാട്ടും സരസുതന്നെ പറഞ്ഞുകൊടുത്തത് അവൻ മറന്നിട്ടില്ലായിരുന്നു. ഉണ്ണൂണ്ണി സരസുവിനെ തോണ്ടി പറഞ്ഞു:

"ചേച്ചി മറന്നോ. ഉന്തുന്തുന്തൂന്നല്ലേ."

കുട്ടികൾ മുഴുവൻ അതിശയത്തോടെ കൈയടിച്ചു. കുറെയേറെ നേരം. കാര്യമെന്തെന്നറിയാൻ അടുത്ത ക്ലാസുകളിൽനിന്ന് അധ്യാപകരൊക്കെ വന്നു നോക്കി. വിവരമറിഞ്ഞപ്പോൾ എല്ലാവർക്കും ഉണ്ണൂണ്ണിയെക്കാണാൻ തിടുക്കമായി. കുറച്ചുനേരംകൊണ്ട് സ്കൂൾ മുഴുവൻ ഉണ്ണൂണ്ണിയെക്കുറിച്ചായി സംസാരം. മറ്റു ക്ലാസുകളിൽനിന്ന് അവനെക്കാണാൻ കുട്ടികൾ എട്ടാം ക്ലാസിലേക്കൊഴുകി വന്നു. ഈ ബുദ്ധിമാനെയൊന്നു കാണണമല്ലോ, പക്ഷേ ഉന്തുന്തുവിന്റെ കഥ ഉണ്ണൂണ്ണി നേരത്തേ

കേട്ടതാണെന്ന വിവരം അവരുണ്ടോ അറിയുന്നു.

വൈകുന്നേരം സ്കൂൾ വിട്ടപ്പോൾ കുട്ടികൾ മുഴുവൻ ഉണ്ണൂണ്ണിയെ പൊതിഞ്ഞു. അവരോരോരുത്തരും അവനോട് ചോദിച്ചു:

"ഉണ്ണൂണ്ണിക്കുട്ടാ ഇനിയെന്നാ വര്ാ."

"പിന്ന്യ്യാരൂസം" അവൻ പറഞ്ഞു.

സരസുവിനും കൂട്ടുകാരികൾക്കുമൊപ്പം അവൻ കണ്ണിൽനിന്ന് മറയാറായപ്പോൾ പിറകിൽനിന്ന് കുട്ടികൾ ഉറക്കെ വിളിച്ചു പറഞ്ഞു:

"ഉണ്ണൂണ്ണിക്കുട്ടാ ഇനീം വരണേ."

"വരാം" അവൻ തിരിഞ്ഞുനിന്ന് ഉറക്കെ പറഞ്ഞു.

കിനാവൂരിലേക്ക് നീളുന്ന വഴികളിലൂടെ ഉണ്ണൂണ്ണി തുള്ളിച്ചാടി മുന്നിൽ നടന്നു. പിറകിൽ സരസുവും കൂട്ടുകാരികളും അവന്റെ പാട്ടുറക്കെ ഏറ്റുപാടി നടന്നു.

"ഉന്തു ന്തു ന്തു ന്തു ന്തു ന്തു ന്തു ന്തു ന്തു ന്തു ന്തു –
ന്തു ന്തു ന്തു ന്തു ന്തു ന്തു ന്താളെയുന്ത്."

നാല്

ഞായറാഴ്ചകൾ കിനാവൂരങ്ങാടിയിൽ ഉത്സവദിനങ്ങളാണ്. അന്നാണാഴ്ചച്ചന്ത. ചന്ത പണ്ടേ പേരുകേട്ടതാണ്. ദൂരദിക്കുകളിൽനിന്നും കച്ചവടക്കാരെത്തിച്ചേരും. അവർ നൂറു നൂറു സാധനങ്ങൾ കൊണ്ടുവരും. അവ കാണാനും കൊള്ളാനുമായി നാട്ടുകാരെത്തും. രാവിലെതൊട്ട് രാവെത്തുംവരെ അങ്ങാടിയിൽ ആൾത്തിരക്കായിരിക്കും.

ഒന്നാം തരത്തിൽ പോയിത്തുടങ്ങുന്നതിന്റെ മുമ്പത്തെ ഞായറാഴ്ച ഉണ്ണൂണ്ണിയെ അച്ഛൻ ചന്തയിലേക്ക് കൊണ്ടുപോയി. പുത്തനുടുപ്പ് തുന്നാൻ കൊടുക്കണം. പുതിയ സ്ലെയിറ്റും പെൻസിലും വാങ്ങണം.

ചന്തയെന്താണെന്ന് പലരും പറഞ്ഞുകേട്ട അറിവേ ഉണ്ണൂണ്ണിക്കുള്ളൂ. രാവിലെതൊട്ടേ അതിനെപ്പറ്റിയായിരുന്നു അവന്റെ ചിന്തകൾ.

പുറപ്പെട്ടപ്പോൾ വെയിലാറിത്തുടങ്ങിയിരുന്നു. പോകാൻ നേരത്ത് ആരും കാണാതെ നാലണ കൊടുത്ത് കാഞ്ചനവല്ലി അവന്റെ കാതിൽ പറഞ്ഞു:

"ഉണ്ണൂണ്ണ്യേ, ലോസഞ്ചറ് മുട്ടായി കൊണ്ടേരാരണം. അച്ഛൻ കാണണ്ടാട്ടോ."

വെയിലാറിയ വയൽ വരമ്പുകളിലൂടെ അച്ഛനോടൊപ്പം ദൂര

മേറെ നടന്ന് ഉണ്ണൂണ്ണി ചന്ത എന്ന അത്ഭുത ലോകത്തിലേക്ക് പ്രവേശിച്ചു.

നിരത്തു നിറയെ ആളുകളും അവരുടെ ശബ്ദങ്ങളുമായിരുന്നു. അവർക്കിടയിലൂടെ തിക്കിത്തിരക്കി അച്ഛന്റെ കൈപിടിച്ച് ഉണ്ണൂണ്ണി മുന്നോട്ടു നീങ്ങി.

നിരത്തിനോരത്തുനിന്ന് തൊണ്ട പൊട്ടുമാറുച്ചത്തിൽ തെരുവു കച്ചവടക്കാർ ആൾക്കാരെ ക്ഷണിച്ചു. മൺകലം മുതൽ മയിലെണ്ണവരെ ആദായ വിലയ്ക്ക് വാങ്ങിക്കൊണ്ടുപോകാൻ. കച്ചവടക്കാരുടെ മുമ്പിൽ വിടർന്ന കൗതുകങ്ങളുടെ വർണ പ്രപഞ്ചംകണ്ട് ഉണ്ണൂണ്ണി വാപൊളിച്ചു.

ഒരിടത്ത് റബർ മിഠായി വിൽക്കുന്നൊരു ചിങ്കാരച്ചെട്ടി. മുന്നിൽ കുത്തിപ്പിടിച്ചിരിക്കുന്ന ചായംതേച്ച വടിയുടെ മുകളറ്റത്ത് ചുറ്റിവച്ച നീളൻ മിഠായി. ഒറ്റക്കാലിൽ ചിലങ്ക. ചിലങ്കയിട്ട കാല് താളത്തിൽ ചവിട്ടി വടിയൊന്നാട്ടി 'ചെഞ്ചോമേ ചെഞ്ചോം ലങ്കോമേ ലങ്കോം' എന്ന് ഈണത്തിൽ ഇടയ്ക്കിടെ പാടുന്നുണ്ടായിരുന്നു ചെട്ടി.

അതിനപ്പുറം കളരിമർമ്മാണിത്തൈലം വിൽക്കുന്ന ഹംസക്കുരിക്കൾ. നിന്ന നിൽപ്പിൽ നിലംതൊടാതെ മലക്കം മറിയാനും വായിൽനിന്ന് തീവരുത്താനും കഴിവുള്ള ഹംസക്കുരിക്കൾ. എല്ലാം കളരിമർമ്മാണിത്തൈലത്തിന്റെ സിദ്ധികളാണെന്ന് കുരിക്കൾ പറഞ്ഞപ്പോൾ ചുറ്റുംകൂടിയ ആളുകൾ വിശ്വസിച്ചു. കുരിക്കളുടെ പണപ്പെട്ടി ഇടയ്ക്കിടെ കുലുങ്ങി.

ഒരിടത്തൊരു താടിക്കാരൻ നിന്നു പ്രസംഗിക്കുന്നു. അയാളുടെ മുന്നിലെ തുറന്നുവെച്ച പെട്ടിയിൽ കറുത്ത എന്തോ സാധനം.

"അതെന്താണച്ഛാ?" ഉണ്ണൂണ്ണി ചോദിച്ചു.

"പരപ്പനങ്ങാടി പിത്ത ഗുളിക."

"മധുരംണ്ടാവോ?"

"കാഞ്ഞിരംപോലെ കയ്ക്കും."

"ന്നാ അങ്ങട്ട് പോണ്ട."

പിത്തഗുളികക്കാരൻ പ്രസംഗം തുടർന്നു:

സരസ്വതിക്കും കാഞ്ചനവല്ലിക്കും വളകൾ വാങ്ങിക്കൊണ്ടുവരാൻ അമ്മ പറഞ്ഞിരുന്നു. വളക്കച്ചവടക്കാർ മുന്നിൽ നിര

ത്തിവച്ച നൂറുനൂറു തരം വളകളിൽനിന്ന് ഇഷ്ടപ്പെട്ടത് തിരഞ്ഞെടുത്തത് ഉണ്ണൂണ്ണിയാണ്. സരസ്വതിക്ക് കുപ്പിവളകളാണ് വാങ്ങിയത്. അതും അമ്മ പ്രത്യേകം പറഞ്ഞിരുന്നു.

വളയും അല്ലറചില്ലറ സാധനങ്ങൾ വേറെയും വാങ്ങിച്ചു കഴിഞ്ഞപ്പോൾ അച്ഛൻ പറഞ്ഞു:

"വാ. പാമ്പാട്ടിയെ കാണിച്ചു തരാം."

പാമ്പാട്ടിക്കു ചുറ്റും നിറയെ ആളുകളായിരുന്നു. എങ്ങനെയൊക്കെയോ തിക്കിത്തിരക്കി ഉണ്ണൂണ്ണിയും അച്ഛനും മുന്നിലെത്തി.

അവന് ആദ്യമൊന്നും മനസിലായില്ല. ചാണകം തേച്ച അടപ്പുള്ള കുറെ വട്ടികൾ കണ്ടു. വെളുത്ത പിഞ്ഞാണത്തിൽ കറുത്ത ചരടുള്ള കുറെ ഏലസുകൾ. തുറന്നുവെച്ച പണപ്പെട്ടി. നിലത്ത് ഒരാളെ വെള്ളത്തുണികൊണ്ട് മൂടിക്കിടത്തിയിരിക്കുന്നു.

താടിയും മുടിയും നീണ്ട ഒരാൾ പെട്ടെന്ന് കലിതുള്ളി വെളിച്ചപ്പാടിനെപ്പോലെ പറഞ്ഞു:

"അമ്മാ കാളീ..... രുദ്രചാമുണ്ഡീ..... മഹാമാരീ."

അയാൾ ഒരു വട്ടിയുടെ അടപ്പു തുറന്നപ്പോൾ ഉണ്ണൂണ്ണി ഞെട്ടിപ്പോയി. അതിനകത്ത് പാമ്പായിരുന്നു. കറുത്ത് തിളക്കമുള്ള സർപ്പം. വട്ടിയുടെ വൃത്തത്തിനുള്ളിൽ പാമ്പിന്റെ ചുരുളയഞ്ഞു. അത് മെല്ലെ തലപൊക്കി. അതിന്റെ പിളർന്ന നാക്ക് ഇടയ്ക്കിടെ പുറത്തേക്ക് വന്നു.

പാമ്പാട്ടി തന്റെ കുഴലെടുത്തൂതിയപ്പോൾ പാമ്പ് മെല്ലെ തലയാട്ടി. ആളുകൾ ശ്വാസംപിടിച്ചു. ആദ്യം തോന്നിയ പേടിയൊക്കെ ഉണ്ണൂണ്ണിക്ക് മാറിയിരുന്നു. പാമ്പിനെ ഒന്ന് തൊട്ടുനോക്കാൻവരെ അവനു തോന്നി.

പാമ്പാട്ടി കുഴലൂത്തു നിർത്തി വീണ്ടുമൊരു നീണ്ട തോറ്റം ചൊല്ലി. പിന്നെ നിലത്ത് തുണികൊണ്ട് മൂടിക്കിടത്തിയ ആളോട് എന്തൊക്കെയോ ചോദ്യങ്ങൾ ചോദിച്ചു. തുണിക്കടിയിലെ ആൾ മറുപടി പറഞ്ഞു. അയാൾ പിന്നെ പിഞ്ഞാണത്തിലെ ഏലസിന്റെ കെട്ട് പുറത്തെടുത്തു. അത് വാങ്ങിയാലുണ്ടാവുന്ന ഗുണങ്ങളെപ്പറ്റിയും വാങ്ങാതിരുന്നാലുണ്ടാകാവുന്ന ദോഷങ്ങളെപ്പറ്റിയുമായി പിന്നത്തെ പ്രസംഗം.

ആളുകൾ മുഴുവൻ അയാൾ പറയുന്നത് ശ്രദ്ധിക്കുകയായിരുന്നു.

അതിനിടയിൽ വട്ടിയിലെ പാമ്പ് മെല്ലെ പുറത്തേക്കിഴഞ്ഞു. ആരും ശ്രദ്ധിച്ചില്ല. പാമ്പാട്ടിപോലും! ഇഴഞ്ഞിഴഞ്ഞ് കാലിൽ മുട്ടിയപ്പോഴാണ് ഒരാളത് കണ്ടത്.

“അയ്യോ പാമ്പ്.” അയാളുറക്കെ നിലവിളിച്ചു.

അതോടെ ആകെ ബഹളമായി. കൂട്ടംകൂടിയവരൊക്കെ നാലു പാടും പാഞ്ഞു. ഉണ്ണൂണ്ണി അച്ഛന്റെ കൈ വിട്ടുപോയി. ആരൊ ക്കെയോ തിരക്കിൽപ്പെട്ട് വീണു. വീണവരെ ചവിട്ടി ബാക്കിയു ള്ളവരോടി. ആകെ ആർപ്പും നിലവിളിയും.

പെട്ടെന്നൊരു ശബ്ദം കേട്ടു.

"ആരും ഓടണ്ട."

അത് ഉണ്ണൂണ്ണിയായിരുന്നു.

ആൾക്കാരൊക്കെ നിന്നു. 'ഉണ്ണൂണ്ണ്യേയ്' എന്നുവിളിച്ചു കൊണ്ട് അച്ഛനോടിവന്നു. പിറകെ പാമ്പാട്ടിയും.

ആ കാഴ്ചകണ്ട് സകലരും ഞെട്ടിത്തരിച്ചുനിന്നു. പാമ്പിന്റെ കഴുത്തിൽ പിടിമുറുക്കി ഉണ്ണൂണ്ണിക്കുട്ടനങ്ങനെ നിൽക്കുന്നു. അത് കിടന്നങ്ങനെ പുളയുകയാണ്. ഇടയ്ക്കിടെ നാക്ക് നീട്ടു ന്നുമുണ്ട്. ആ കാഴ്ചകണ്ട് രസിക്കുന്നതുപോലെയായിരുന്നു ഉണ്ണൂണ്ണിയുടെ ഭാവം.

പാമ്പാട്ടി നീട്ടിയ വട്ടിയിൽ ഉണ്ണൂണ്ണി പാമ്പിനെ ഇട്ടു. അച്ഛ നോടിവന്ന് അവനെ വാരിയെടുത്തു.

നിമിഷനേരംകൊണ്ട് കിനാവൂർച്ചന്ത മുഴുവൻ അതായി സംസാരം. കേട്ടവരോടിയെത്തി. ആളുകൾ ഉണ്ണൂണ്ണിയെ പൊതി ഞ്ഞു. അവന് സമ്മാനമായി മിഠായികളും പലഹാരങ്ങളും വാങ്ങി ക്കൊടുക്കാനായി അവരുടെ മത്സരം.

ആൾക്കാരൊഴിയാൻ ഭാവമില്ലെന്ന് കണ്ടപ്പോൾ അച്ഛൻ ഉണ്ണൂ ണ്ണിയെയുമെടുത്ത് തിരക്കിൽനിന്ന് പുറത്തു കടന്നു.

വീടെത്താൻ നേരത്ത് വയൽ വരമ്പത്തുവെച്ച് ഉണ്ണൂണ്ണി പെട്ടെന്നോർത്തു.

"അച്ഛാ."

"ന്താ അപ്പൂട്ടാ?"

"നമ്മളേയ് സ്ലേറ്റും പെൻസിലും വാങ്ങീല്ല്യല്ലോ."

അഞ്ച്

ദേശാടനപ്പക്ഷിയെപ്പോലെ അക്കൊല്ലവും അപ്പുമാമ വന്നു. കിനാവൂരിൽ കൊയ്ത്തും മെതിയും കഴിഞ്ഞ കാലമായിരുന്നു. ഉഴുതുമറിച്ചിട്ട വയൽ വരമ്പുകളിലൂടെ വിയർത്തൊഴുകി ഏകനായി അപ്പുമാമ നടന്നുവന്നു.

തലയിൽ വലിയൊരു ചാക്കുകെട്ട്. അതിൽ കെട്ടൊന്നഴിഞ്ഞാൽ പുറത്തുചാടാൻ പാകത്തിൽ നിറയെ മധുരനാരങ്ങയും കാപ്പിക്കുരുവും ചേനയും മറ്റും.

“അമ്മോ.”

പടിക്കൽനിന്നും അപ്പുമാമ തന്റെ ആഗമനം വിളിച്ചറിയിച്ചു.

ഉണ്ണൂണ്ണിയുടെ അമ്മയുടെ മൂത്ത ആങ്ങളയാണ്. വയനാട്ടിലാണ് വീട്. ഭാര്യയില്ല. കുട്ടികളില്ല. ഒറ്റത്തടി. ഉള്ള പ്രായം തോന്നിക്കില്ല. നല്ല ആരോഗ്യം.

പണ്ട് അപ്പുമാമ പട്ടാളത്തിലായിരുന്നു. യുദ്ധം കഴിഞ്ഞപ്പോൾ പിരിച്ചുവിട്ട പട്ടാളക്കാർക്ക് വയനാട്ടിൽ സർക്കാർവക ഭൂമി പതിച്ചുകൊടുത്ത കൂട്ടത്തിൽ അപ്പുമാമയ്ക്കും കിട്ടി കുറച്ചു സ്ഥലം. ആ മണ്ണിനോട് അപ്പുമാമ രാപ്പകൽ പടവെട്ടി. നട്ടവിത്തിന് നൂറുമേനി കണക്കിൽ മണ്ണ് വിളവ് കൊടുത്തു.

വയനാട്ടിൽനിന്ന് കൊല്ലത്തിലൊരിക്കലേ അപ്പുമാമ ചുരമിറങ്ങി വരാറുള്ളൂ. വന്നാലാദ്യം കിനാവൂരിലെത്തും. നാലുദിവസം

തങ്ങിയിട്ടേ പോകാറുള്ളൂ. ആ ദിവസങ്ങളിൽ ഉണ്ണൂണ്ണിയുടെ വീട് ഉറങ്ങാറില്ല.

വിശേഷ വാർത്തകളുടെയും ലോകകാര്യങ്ങളുടെയും ഒരക്ഷയ ഖനിയാണ് അപ്പുമാമയുടെ മനസ്സ്. വർത്തമാനം തുടങ്ങിയാൽ പിന്നെ കേട്ടിരിക്കുന്നവർക്ക് രാവെന്നോ പകലെന്നോ ബോധമുണ്ടാവില്ല. നാട്ടുവിശേഷം പറഞ്ഞുപറഞ്ഞ് പെണ്ണുകെട്ടാൻ മറന്നുപോയവനാണ് മൂപ്പരെന്ന് നാട്ടുകാർ പറയാറുണ്ട്. അപ്പുമാമ കാണാത്ത നാടുകളില്ല. അറിയാത്ത ഭാഷകളില്ല.

രാത്രി ഊണുംകഴിഞ്ഞ് ഉമ്മറത്തെല്ലാവരുമൊന്നിച്ചുകൂടിയാൽ അപ്പുമാമ വിശേഷവർത്തമാനങ്ങളുടെ ഭാണ്ഡക്കെട്ട് തുറക്കുകയായി. പിന്നെയെല്ലാവരുമൊന്നു നടുനിവർക്കണമെങ്കിൽ പാതിരാക്കോഴി കൂവണം. കുട്ടികളൊക്കെ എപ്പോഴേ ഉറങ്ങിക്കാണും.

അക്കൊല്ലം സ്കൂൾ അവധിക്കാലത്താണപ്പുമാമ വന്നത്.

രാത്രി പാതിരവരെ നീണ്ട വർത്തമാനങ്ങൾ കേട്ട് ഉറക്കംപിടിച്ച് അമ്മ അകത്തേക്ക് കടന്നപ്പോഴാണ് കണ്ടത് വാതിലിന്റെ മറവിൽ കൂനിക്കൂടിയിരിക്കുന്ന ഉണ്ണൂണ്ണി.

"എട ചെക്കാ. നീയെന്തെട്ക്ക്വാവടെ?" അമ്മ ചോദിച്ചു.

ഉണ്ണൂണ്ണി ഒന്നും മിണ്ടിയില്ല.

"നീയൊറങ്ങ്വായിർന്നില്ലേ?"

"ഞാൻ വർത്താനം കേട്ട് ഇർന്നതാ."

"ഇത് നല്ല കൂത്തേയ്. നട്ടപ്പാതിരക്ക് നാട്ടുവർത്തമാനം കേൾക്കാൻ വന്നിരിക്ക്ണു ഒരാളേയ്."

അമ്മ മൂക്കത്ത് വിരൽ വെച്ചു

"അതിനെന്താട്യേയ്. കേക്കാൻ പറ്റാത്തതൊന്നും നമ്മള് പറഞ്ഞില്ല്യല്ലോ."

ഉമ്മറത്തുനിന്ന് അപ്പുമാമ പറഞ്ഞു.

"അഹമ്മത്യാണ്. വേറൊന്ന്വല്ല." അമ്മ.

അച്ഛൻ അകത്തെ മുറിയിൽ കിടന്നു കഴിഞ്ഞിരുന്നു.

"ഉണ്ണൂണ്ണിക്കുട്ടൻ ഇങ്ങട് പോരേ. മാമേടൊപ്പം കെടക്കാം." അപ്പുമാമ പറഞ്ഞു.

"വേണ്ടേട്ടാ. മഞ്ഞ്ണ്ടാവും." അമ്മ തടഞ്ഞു. അപ്പോഴേക്കും ഉണ്ണൂണ്ണി ഉമ്മറത്തേക്കു വന്ന് അപ്പുമാമയുടെ പുൽപ്പായിൽ സ്ഥലം പിടിച്ചുകഴിഞ്ഞിരുന്നു.

അവനെ പുതപ്പിക്കുന്നതിനിടയിൽ അപ്പുമാമ അമ്മയോടു പറഞ്ഞു:

"നീ പൊയ്ക്കെടന്നോ. മഞ്ഞ് എല്ലാവർക്കും ഒരുപോല്യാ."

പിന്നെ അമ്മ തടസ്സം പറഞ്ഞില്ല. മണ്ണെണ്ണ വിളക്കണഞ്ഞു. ഉമ്മറവാതിൽ അകത്തുനിന്നടഞ്ഞു.

ഉണ്ണൂണ്ണി അപ്പുമാമയോട് ചേർന്നു കിടന്നു. അവനുറക്കം വന്നില്ല. നേരം വെളുക്കുംവരെ അപ്പുമാമ എന്തെങ്കിലുമൊക്കെ പറഞ്ഞിരുന്നെങ്കിൽ എന്നവനാഗ്രഹിച്ചു. പീരങ്കികളുടെയും യുദ്ധ വിമാനങ്ങളുടെയും കാര്യങ്ങൾ. വയനാടൻ കുന്നുകളിൽ മദമിളകി കാട്ടുജാതിക്കാരുടെ ഊരിൽ കയറി ആളെ ചവിട്ടിക്കൊന്ന ഒറ്റക്കൊമ്പനാനയുടെ കഥ.

"ഒറങ്ങിക്കോ" അപ്പുമാമ അവന്റെ പുറംതഴുകി മന്ത്രിച്ചു.

ഉണ്ണൂണ്ണി കണ്ണടച്ചു കിടന്നു. പക്ഷേ നേരമേറെ ചെന്നിട്ടും ഉറക്കം വന്നതേയില്ല.

ഉണ്ണൂണ്ണി കാതോർത്തുകിടന്നു. പിന്നെ തലയിൽനിന്ന് പുതപ്പെടുത്തുമാറ്റി പുറത്തെ കൂരിരുട്ടിലേക്ക് നോക്കി. ഇടയ്ക്കിടെ മിന്നിമറയുന്ന മിന്നാമിനുങ്ങുകളുടെ വെളിച്ചം. ചീവിടുകളുടെ നിലയ്ക്കാത്ത സംഗീതം.

വീടിനു പിന്നിൽ പടിഞ്ഞാറെ തൊടിയിൽ കരിയിലകൾ ഞെരിയുന്ന ശബ്ദം. മഞ്ഞ് വീഴുന്നതാകാം. അല്ല. മഞ്ഞ് വീഴുകയല്ല. ആരോ അടിവെച്ച് നടന്നടുക്കുകയാണോ. ഇപ്പോൾ ശബ്ദം വ്യക്തമാണ്. സംശയമില്ല. അതൊരാളുടെ കാലടിശബ്ദം തന്നെ. വൈക്കോൽ കന്നുകൾ അട്ടിവെച്ച ഭാഗത്തുനിന്നാണിപ്പോൾ ശബ്ദം കേൾക്കുന്നത്. ആരോ വൈക്കോൽ കന്നുകളൂരിയെടുക്കുകയാണ്. കള്ളന്മാരായിരിക്കും. വൈക്കോൽ കള്ളന്മാർ.

"അപ്പാമേ അപ്പാമേ" അവൻ തോണ്ടിനോക്കി. മാമ ഉണർന്നില്ല.

അവൻ നഖം കൊണ്ടൊരു പിച്ചുകൊടുത്തു.

"ന്താ... ന്താ..." ഉറക്കച്ചടവോടെ അപ്പുമാമ പിറുപിറുത്തു.

ഉണ്ണൂണ്ണി അപ്പുമാമയുടെ കാതിൽ മന്ത്രിച്ചു.

"അപ്പാമേ കള്ളന്മാര് വൈക്കോല് കക്ക്ണ്ണ്ട്. ഞാനൊച്ച കേട്ടു. ഇപ്പഴൂണ്ട്."

ഞെട്ടിപ്പിടഞ്ഞെഴുന്നേറ്റ് പായിലിരുന്ന് അപ്പുമാമ കാതോർത്തു. ഉണ്ട്. ഓരോന്നോരോന്നായി വൈക്കോൽ കന്നുകളൂരിയെടുക്കുന്ന ശബ്ദം ശരിക്കും കേൾക്കാനുണ്ട്.

അഞ്ചു കട്ടയുള്ള ടോർച്ച് കൈയിലെടുത്ത് അപ്പുമാമ ഉണ്ണൂണ്ണിയോട് പറഞ്ഞു.

"വാ. ഒച്ചയുണ്ടാക്കണ്ട."

അവർ ഇരുട്ടിലേക്കിറങ്ങി. പൂച്ചകളെപ്പോലെ പതുങ്ങിനടന്നു. കരിയിലകളില്ലാത്ത ഭാഗത്തുകൂടെ വൈക്കോൽക്കൂനയുടെ അടുത്തുള്ള പുളിമരത്തിന്റെ മറവിലേക്ക് അപ്പുമാമയ്ക്ക് വഴി തപ്പിപ്പിടിച്ച് കൊടുത്തത് ഉണ്ണൂണ്ണിയാണ്.

പുളിമരത്തിന്റെ മറവിൽ അവർ പതുങ്ങിനിന്നു.

"അതാ" മങ്ങിയ നിലാവിൽ ഉണ്ണൂണ്ണി കൈചൂണ്ടി.

"മിണ്ടല്ലെ" അപ്പുമാമ മന്ത്രിച്ചു.

അവസാനം വലിച്ചുകൂട്ടിയ വൈക്കോൽ കെട്ട് താങ്ങിപ്പിടിച്ച് തലയിലേറ്റി കള്ളൻ ഒന്നു രണ്ടടി നടന്നപ്പോൾ അപ്പുമാമ അഞ്ചുകട്ടയുള്ള ടോർച്ച് ഒറ്റ മിന്നിക്കൽ.

വെളിച്ചം ചെന്ന് പതിച്ചത് കള്ളന്റെ മുഖത്താണ്.

വിരണ്ടോടാനുള്ള ശ്രമത്തിനിടയിൽ വൈക്കോൽ കെട്ടും കള്ളനും കൂടി കെട്ടിമറിഞ്ഞ് വീണു. ആ തക്കംനോക്കി അപ്പുമാമ ചാടിവീണ് അവനെ പിടിയിലൊതുക്കി. പിറകെയോടിയ ഉണ്ണൂണ്ണി തെറിച്ചുവീണ ടോർച്ച് കൈയിലെടുത്ത് വെളിച്ചമടിച്ചു കൊടുത്തു.

"അയ്യോ അയ്യോ" കള്ളൻ പേടിച്ച് നിലവിളിച്ചു. നിലവിളി കേട്ട് നാലുപാടുംനിന്ന് ആളുകളേറെ ഓടിക്കൂടി. അവരുടെ കൈയിൽ ചൂട്ടും പന്തവും ടോർച്ചുകളുമുണ്ടായിരുന്നു.

ശരിക്കും പിടിയിലൊതുക്കി എല്ലാവർക്കും കാണാൻവേണ്ടി കള്ളനെ നേരെ നിർത്തിയപ്പോഴാണ് ആളുകളന്തംവിട്ടുപോയത്.

അത് ഗോപാലനായിരുന്നു. പാടത്തും പറമ്പിലും ഇടയ്ക്കൊക്കെ പണിക്ക് വരാറുള്ള ഗോപാലൻ. ആൾക്കാരുടെ ഇടയിൽനിന്ന് അഭിപ്രായങ്ങൾ നൂറെണ്ണം പൊങ്ങി. പൊലീസിലേൽപ്പിക്കണമെന്ന് ഒരു കൂട്ടർ. തെങ്ങിൽ പിടിച്ചുകെട്ടി പച്ചമടലുകൊണ്ട് ശരിക്ക് പൂശണമെന്ന് വേറൊരു കൂട്ടർ.

“അതൊന്നും വേണ്ട” ഉണ്ണൂണ്ണിയുടെ അച്ഛൻ പറഞ്ഞു. ആൾക്കാർ വിശ്വാസം വരാത്തതുപോലെ അച്ഛനെ നോക്കി.

ഗോപാലന്റെ അടുത്തേക്കുചെന്ന് അച്ഛൻ ചോദിച്ചു:

“ന്ത്നാടാ ഇപ്പണിക്ക് പോയ്യേ. നെനക്ക് വേണെങ്കിൽ ചോയ്ച്ചൂടേർന്നോ. ഞാൻ തരൂലേ?”

“തമ്പ്രാനേ. നാക്കാലികളുടെ കാര്യം.....”

ഗോപാലൻ വിക്കിവിക്കി പറഞ്ഞു.

ആൾക്കാരുടെ ഒച്ച പിന്നെയും പൊങ്ങി. പല പല വീടുകളിൽനിന്നും വൈക്കോൽ കളവുപോയ കാര്യം പലരും പറഞ്ഞു.

പിടി മെല്ലെ ഒന്നയച്ച് അപ്പുമാമ ചോദിച്ചു:

“ന്താ പ്പൊ വനെ ചെയ്യേണ്ടത്?”

“വെറുതെ വിട്ടേക്കൂ” അച്ഛൻ പറഞ്ഞു.

ചിലരൊക്കെ പിന്നെയും തടസ്സം പറഞ്ഞപ്പോൾ അച്ഛൻ തീർത്തു പറഞ്ഞു:

“ഓനൊന്നും കൊണ്ടോയിട്ടില്ല്യല്ലോ. പൊയ്ക്കോട്ടെ. ഇനിങ്ങനെണ്ടാവ്മ്പൊ നമ്മക്ക് നോക്കാ.”

“ശരി വിട്ടളയാം. ന്നാലും ഒരടയാളെങ്കിലും കൊട്ക്കണം.”

ചുറ്റും നിന്നവരിൽനിന്ന് അപ്പുമാമ ഒരു ചൂട്ടുവാങ്ങി. ഗോപാലന്റെ പിൻഭാഗത്തെ മുടി നന്നായൊന്ന് കരിച്ചു. അവിടെ മുഴുവൻ കൂറ തിന്നതുപോലെയായി.

“ശരി പൊയ്ക്കൊ” അപ്പുമാമ പിടിവിട്ടു.

തല താഴ്ത്തി ഇരുട്ടിലേക്ക് നടക്കാൻ തുടങ്ങുകയായിരുന്നു ഗോപാലൻ.

“ഇരുട്ടത്ത് പോണ്ട. ന്നാ” ആരുടെയോ ചൂട്ടുവാങ്ങി അച്ഛൻ അവന് കൊടുത്തു.

പോകുന്ന പോക്കിൽ ആ മുഖത്ത് ഉണ്ണൂണ്ണി ഒരിക്കൽക്കൂടി നോക്കി. കള്ളനെന്ന് മുദ്രയടിക്കപ്പെട്ടതിന്റെ ജാള്യതയോ ജീവൻ തിരികെക്കിട്ടിയതിന്റെ ആശ്വാസമോ മറ്റെന്തൊക്കെയോ ഭാവങ്ങൾ ആ കണ്ണുകളിൽ കണ്ടു.

എന്തുകൊണ്ടോ ഉണ്ണൂണ്ണിയുടെ മനസിൽ വല്ലാത്ത വിഷമം ഊറിക്കൂടി.

“പാവം ഗോപാലൻ.”

അവന്റെ ഒരു നെടുവീർപ്പ് ഇരുളിലേക്കടർന്നു വീണു.

ആറ്

പുതുമഴ പെയ്ത് മുറ്റം ചളിക്കെട്ടി കിടന്നിരുന്ന ഒരു സന്ധ്യയ്ക്ക് തെക്കേ വീട്ടിലെ ഇന്നമ്മ വഴുതിയൊന്ന് വീണു. അതൊരു ചെറിയ വീഴ്ചയായിരുന്നു. ദേഹത്ത് പരിക്കോ ചതവോ ഒന്നുമുണ്ടായിരുന്നില്ല. എങ്കിലും അതോടെ ഇന്നമ്മ കിടപ്പിലായി. ആദ്യമൊക്കെ ആരുടെയെങ്കിലും സഹായത്തോടെ പതുക്കെ എണീറ്റ് നടക്കാൻ പറ്റിയിരുന്നു. പിന്നെ വാതത്തിന്റെ അസുഖം കൂടിയായപ്പോൾ കിടന്ന കിടപ്പിൽ നിന്നെണീക്കാൻ വയ്യെന്നായി.

ഇന്നമ്മയ്ക്ക് വേണ്ടപ്പെട്ടവരെന്ന് പറയാൻ അടുത്താരുമുണ്ടായിരുന്നില്ല. ഭർത്താവ് നേരത്തേ മരിച്ചുപോയി. ഒരു മകനുണ്ടായിരുന്നത് പത്തു മുപ്പതുകൊല്ലം മുമ്പേ നാടുവിട്ടു പോയതാണ്. പിന്നെ ഒരു വിവരവുമില്ല. അയാൾ ജീവിച്ചിരിപ്പില്ലെന്നും അതല്ല തെക്കേതോ ദിക്കിൽ ഒരന്യജാതിക്കാരിയെ കല്യാണം കഴിച്ച് കുട്ടികളും വീടുമായി കഴിഞ്ഞുകൂടുകയാണെന്നും നാട്ടുകാർ കേട്ടുകേൾവി പറഞ്ഞു. എങ്കിലും കണ്ണടയുന്നതിനുമുമ്പ് ഒരിക്കലെങ്കിലും തന്റെ മുമ്പിൽ മകനെത്താതിരിക്കില്ലെന്ന് ഇന്നമ്മ വിശ്വസിച്ചു.

തൊട്ടയൽപക്കത്തായിരുന്നതുകൊണ്ട് സരസ്വതിയായിരുന്നു ഇന്നമ്മയുടെ കാര്യങ്ങൾ ശ്രദ്ധിച്ചിരുന്നത്. അവൾ പത്താം ക്ലാസിൽ തോറ്റ് അമ്മയെ സഹായിച്ചുകൊണ്ട് വീട്ടിൽത്തന്നെ

യിരിക്കുന്ന കാലമായിരുന്നു. അവസാനകാലത്ത് സരസു ഇന്നമ്മയ്ക്കൊരു തണലായി. രാവെന്നോ പകലെന്നോ നോക്കാതെ സ്നേഹത്തോടും സന്തോഷത്തോടുംകൂടെ ഇന്നമ്മയുടെ ഏതാവശ്യവും സരസു നിറവേറ്റിക്കൊടുത്തു. മിക്ക രാത്രികളിലും ഇന്നമ്മയുടെ മുറിയിൽത്തന്നെയാണവളുറങ്ങിയത്; ആ കട്ടിലിനരികെ നിലത്ത് പായ വിരിച്ച്.

വൈകുന്നേരം സ്കൂൾ വിട്ടു വന്നാൽപ്പിന്നെ സന്ധ്യയാവുംവരെ ഉണ്ണൂണ്ണിയാണ് ഇന്നമ്മയ്ക്ക് കൂട്ട്. കിടപ്പിൽ നിന്നെഴുന്നേൽക്കാൻ വയ്യന്നേയുള്ളൂ. വർത്തമാനം പറയാനും ചിരിക്കാനുമൊന്നും ഇന്നമ്മയ്ക്കൊരു കുഴപ്പവുമില്ല.

ആ ദിവസങ്ങളിൽ ഉണ്ണൂണ്ണിയുടെ മനസ്സ് ഏതൊക്കെയോ അത്ഭുതലോകങ്ങളിൽ വിഹരിക്കുകയായിരുന്നു. അവിടെ മന്ത്രവാദികളും രാജകുമാരന്മാരും യക്ഷികളും ഗന്ധർവന്മാരും നിറഞ്ഞുനിന്നു. അത്രയേറെ കഥകളാണ് ആ കിടപ്പിൽ കിടന്ന് ഇന്നമ്മ അവന് പറഞ്ഞുകൊടുത്തത്.

സ്കൂൾ വിട്ടുവന്നാൽ ഉണ്ണൂണ്ണി ഒറ്റയിരിപ്പാണ്. ഇന്നമ്മയുടെ കിടക്കയ്ക്കരികെ, പല്ലില്ലാത്ത ആ വായിലേക്ക് നോക്കിക്കൊണ്ട്. സന്ധ്യയ്ക്ക് വിളക്കുവെച്ച് നാമം ചൊല്ലാൻ വിളിച്ചുവിളിച്ച് അമ്മ മടുത്താലേ അവിടെ നിന്നൊന്നെണീക്കൂ.

അങ്ങനെയിരിക്കെ സരസ്വതിക്കൊരു കല്യാണാലോചന വന്നു. പുഴയ്ക്കക്കരെ നിന്നൊരു പട്ടാളക്കാരൻ. പാന്റും കണ്ണാടിപോലെ മിന്നുന്ന കറുത്ത ഷൂസുമിട്ട് പെണ്ണുകാണാൻവന്ന പട്ടാളക്കാരനെ ഉണ്ണൂണ്ണിക്ക് കണ്ടിട്ടും കണ്ടിട്ടും മതിയായില്ല. വാതിൽപ്പഴുതിലൂടെയും ജനലഴികൾക്കിടയിലൂടെയും ഒളിഞ്ഞും തെളിഞ്ഞും ഉണ്ണൂണ്ണി അയാളെ നോക്കിനിന്നു. ആ കൊമ്പൻ മീശയും കറുത്ത കണ്ണടയും കുപ്പായക്കീശയിലെ സ്വർണ നിറമുള്ള പേനയുമെല്ലാം അവന്റെ കണ്ണിൽ അത്ഭുതങ്ങളായി.

എല്ലാവർക്കും ആളെ ഇഷ്ടപ്പെട്ടു. അയാൾക്ക് സരസ്വതിയെയും. അന്നു രാത്രി ഇന്നമ്മയുടെ അടുത്തേക്ക് പോവുമ്പോൾ സരസു ഉണ്ണൂണ്ണിയേയും കൂടെക്കൂട്ടി.

അവൾ സ്വകാര്യമായി ഉണ്ണൂണ്ണിയോട് ചോദിച്ചു:

"ഉണ്ണൂണ്ണി കണ്ടോ മൂപ്പരെ?"

"ഉം."

"ഷ്ടായോ?"

"പിന്നില്ല്യാണ്ടെ."

"കല്യാണം കഴിഞ്ഞാൽ ബോംബേയ്ക്ക് ഇന്നേം കൊണ്ടാവും ന്നാ പറഞ്ഞത്."

"ഞാനും വരട്ടെ?"

"ഇപ്രാവശ്യം വേണ്ട. ഞാൻ സ്ഥലമൊക്കെ കണ്ട് മനസിലാക്കി അടുത്ത പ്രാവശ്യം ഞങ്ങള് ലീവില് വര്മ്പൊ നോക്കാം."

കല്യാണം ഒരു മാസത്തിനകം തന്നെ വേണമെന്ന് വരന്റെ വീട്ടുകാർക്ക് നിർബന്ധം. അയാൾക്ക് രണ്ടുമാസത്തെ ലീവേയുള്ളൂ. പോവുമ്പോൾ സരസ്വതിയെ കൂടെക്കൊണ്ടുപോവുകയും ചെയ്യും.

അതോടെ ഉണ്ണൂണ്ണിയുടെ അച്ഛന് ആധിയായി. എല്ലാം ഇത്ര പെട്ടെന്നൊത്തു വരുമെന്ന് വിചാരിച്ചതല്ല. ഈ ആലോചന അങ്ങനെ കൈവിട്ടു കളയാനും വയ്യ. പണം പത്തും നൂറു

മൊന്നും പോരല്ലോ. കാര്യമായി ഒന്നും സ്വരൂപിച്ചു വെച്ചിട്ടുമില്ല. ചെറുക്കന്റെ സ്ഥിതിക്കനുസരിച്ച് പെണ്ണിനെ അണിയിച്ചൊരുക്കാൻ സ്വർണം കുറെ വേണമല്ലോ. കടോം കള്ളീം വാങ്ങി ഒരുക്കൂട്ടാമെന്നുവെച്ചാൽ പിന്നത്തെക്കാര്യമാലോചിക്കുമ്പോൾ പേടി.

ഉണ്ണൂണ്ണിയുടെ അച്ഛന്റെ മനസിൽ അതുതന്നെയായി ചിന്ത. അതുകണ്ട് അമ്മയും ധർമസങ്കടത്തിലായി. സരസു ഇടയ്ക്കിടെ ഇന്നമ്മയുടെ മുമ്പിൽച്ചെന്ന് കണ്ണീരൊലിപ്പിച്ചു. നിശ്ചയിച്ച തിയതി പതുക്കെപ്പതുക്കെ അടുത്തുകൊണ്ടിരുന്നു.

ഒരേയൊരു വഴിയേ അച്ഛൻ മുന്നിൽ കണ്ടുള്ളൂ. പാടത്തിന്റെ ഒരു ഭാഗം വിൽക്കുക. ഗത്യന്തരമില്ലാതെ അമ്മയും അതിന് മൗനാനുവാദം നൽകി.

ഉണ്ണൂണ്ണിക്കും എല്ലാം മനസിലാകുന്നുണ്ടായിരുന്നു. ഏതെങ്കിലുമൊരു മരച്ചുവട്ടിൽ ഒരു നിധിയോ ഒരു മാണിക്യക്കല്ലോ കണ്ടെത്തിയെങ്കിൽ എന്ന് അവനാഗ്രഹിച്ചു. ആ ആഗ്രഹം അവൻ ഇന്നമ്മയോട് തുറന്നു പറയുകയും ചെയ്തു.

കുറേനേരം എന്തോ ഓർത്ത് ഇന്നമ്മ പറഞ്ഞു:

"ഉണ്ണൂണ്ണിപോയി അച്ഛനെ വിളിച്ചോണ്ടോന്നാ."

"എന്തിനാ ഇന്നമ്മേ?"

"വിവരങ്ങളന്വേഷിക്കാനാ."

ഉണ്ണൂണ്ണി ഓടിപ്പോയി അച്ഛനെയും കൂട്ടിവന്നു. ഇന്നമ്മയുടെ കട്ടിലിന്റെ ഓരത്തിരുന്ന് തളർന്നുപോയ അവരുടെ മെലിഞ്ഞ കാലുകളിൽ അച്ഛൻ മെല്ലെ തടവി. കുറെക്കഴിഞ്ഞ് ഇന്നമ്മ ചോദിച്ചു:

"പാടം വിൽക്കാൻ തന്ന്യാ തീരുമാനം?"

"ഉം."

"വേറൊരു വഴീംല്ല്യ. വോ."

"ആ പാടം ന്റെ ചോര്യൂം നീര്വാ. വേറൊരു വഴിണ്ടായിര്ന്നെങ്കില് ഞാനിത് ചെയ്യില്ല." അതു പറയുമ്പോൾ അച്ഛന്റെ കണ്ണിൽ വെള്ളം നിറയുന്നത് ഉണ്ണൂണ്ണി കണ്ടു.

"ഉണ്ണൂണ്ണ്യേയ്" ഇന്നമ്മ വിളിച്ചു.

"എന്താന്നമ്മേ?"

"വടെ വാ."

ഉണ്ണൂണ്ണി അടുത്തുചെന്നു.

“മച്ചില് പത്തായത്തിന്റെ ചോട്ടില് ഒരു മുരിക്കിൻ പെട്ടീണ്ട്. അതിന്റടീല് പഴന്തുണി പൊതിഞ്ഞ ഒരു ചെറിയ പെട്ടീണ്ടാവും. അതിങ്ങട്ട്ട്ത്തൊണ്ടാ.”

ഉണ്ണൂണ്ണി മച്ചിലേക്ക് ചെന്നു. പത്തായത്തിന്റെ ചോട്ടിലെ മുരിക്കിൻപെട്ടി ചിതലരിച്ചു തുടങ്ങിയിരുന്നു. അതിനുള്ളിൽ കറ പിടിച്ച കുറെ കുപ്പികളാണ് കണ്ടത്. കുപ്പികളെടുത്തു മാറ്റിയപ്പോൾ പഴന്തുണിയിൽപ്പൊതിഞ്ഞ ചെറിയ പെട്ടി കണ്ടു. ഉണ്ണൂണ്ണി അതുമെടുത്ത് ഇന്നമ്മയുടെ അടുത്തേക്ക് ചെന്നു.

“ദാ ന്നമ്മേ.”

“ആ കെട്ടഴിച്ച് അതൊന്ന് തൊറക്ക്.”

. പഴന്തുണിക്കുള്ളിൽ തിളക്കമുള്ളൊരു ചതുരപ്പെട്ടി. അതിനകത്ത് സ്വർണ്ണപ്പണ്ടങ്ങൾ! വളകളും മാലകളും മോതിരങ്ങളും!

“ഇന്നമ്മേ......” ഉണ്ണൂണ്ണിക്ക് മുഴുമിക്കാനായില്ല.

“മോനതെട്ത്ത് അച്ഛന് കൊട്ക്ക്.”

ഉണ്ണൂണ്ണി പെട്ടിയൊന്നിച്ച് അച്ഛന്റെ കൈയിൽ കൊടുത്തു.

“ദെന്താപ്പൊദ്? ങന്ന്യാക്കെ ഒരു കാട്ടിക്കൂട്ടല്.”

അച്ഛൻ അമ്പരപ്പോടെ ചോദിച്ചു.

“ഞാൻ ദിവസെണ്ണാൻ തൊടങ്ങീരിക്ക്ണു. ഇനിന്ത്നാപ്പതൊക്കെ. ന്റെ സരസൂന്റെ കാര്യം മംഗളാവട്ടെ.”

അച്ഛൻ പറഞ്ഞു: “ഒക്കെ തോന്ന്ണ്. ഇതിനൊക്കെ ഇനി സമയെത്ര കെടക്ക്ണു. വേണ്ടാത്തതൊക്കെ ന്ത്നാ ആലോചിക്ക്ണേ?”

“ഞാനതാ കുട്ടിക്ക് കൊട്ക്കാൻ തന്ന്യാ തീരുമാനിച്ചിരിക്ക്ണേ. അല്ലാതെ മണ്ണിന്റടീക്ക്യൊന്നും കൊണ്ടോവാൻ കർതീട്ടില്ല്യ. വേണ്ടാച്ചാ അങ്ങട് കൊണ്ടോയി കളഞ്ഞോളൂ.”

അച്ഛനാകെ ധർമസങ്കടത്തിലായി.

“ഞാനിപ്പൊന്താ വേണ്ടത്ന്ന് നിശ്ശല്ല്യ.”

“ഒന്നും വേണ്ട. പാടം വിക്കണ്ടാന്ന്വച്ചാ മതി.”

അച്ഛൻ പിന്നെയും സംശയിച്ചു നിന്നപ്പോൾ ഇന്നമ്മ പറഞ്ഞു:

“ഇനി പൊക്കോളൂ.”

പിന്നെ കൂട്ടിച്ചേർത്തു: “ആരും അറിയണ്ട.”

സരസ്വതിയുടെ കല്യാണം കെങ്കേമമായി. പാടത്തിനൊരു കുഴപ്പവും പറ്റിയതുമില്ല.

ഭർത്താവിനോടൊപ്പം പുറപ്പെടാൻ നേരത്ത് സരസു ഇന്നമ്മയുടെ അടുത്തെത്തി, ആ കാലുതൊട്ടൊന്നു വന്ദിക്കാൻ.

അവളൊരുപാട് കരഞ്ഞു.

ഇന്നമ്മ നിശ്ശബ്ദയായി അവളെ അനുഗ്രഹിച്ചയച്ചു.

കല്യാണപ്പിറ്റേന്ന് മ്ലാനമായ മനസോടെ ഉണ്ണൂണ്ണി അവിടവിടെ ചുറ്റിപ്പറ്റി നടന്നു. സരസ്വതി ഇനി അടുത്തൊന്നും തിരിച്ചുവരില്ലെന്നറിഞ്ഞതു മുതൽക്കേ അവൻ മിണ്ടാട്ടം മാറ്റിയതാണ്.

കല്ല്യാണത്തിന് കൊണ്ടുവന്ന ചെമ്പുകളും ചട്ടുകങ്ങളും മറ്റ് ഊട്ടുറൂട്ടുകളൊക്കെ അതാതിടത്ത് തിരിച്ചെത്തിക്കുന്ന കാര്യം ഏർപ്പാടാക്കുകയായിരുന്നു അച്ഛൻ.

അകത്ത്, തിരിച്ചുപോയിട്ടില്ലാത്ത അതിഥികൾക്ക്, ഊണൊരുക്കുന്ന തിരക്കിലായിരുന്നു അമ്മ.

എല്ലാവരും ഓരോരോ ശ്രദ്ധയിലായിരുന്നു.

ഉണ്ണൂണ്ണി ഇന്നമ്മയുടെ വീട്ടിലേക്ക് നടന്നു. അഴുക്കു പുരണ്ട പുത്തനുടുപ്പുതന്നെ വേഷം.

പച്ച നിറത്തിലുള്ള ചെറിയ റബ്ബർ പന്ത് നിലത്തെറിഞ്ഞു കളിച്ചുകൊണ്ട് ഉണ്ണൂണ്ണി അകത്തു കടന്നു.

“ഇന്നമ്മേ” ഉണ്ണൂണ്ണി വിളിച്ചു.

ഇന്നമ്മ ഉറക്കമാണെന്നു തോന്നി.

ഉണ്ണൂണ്ണി കുലുക്കി വിളിച്ചു. പലതവണ.

ഇന്നമ്മ കണ്ണുതുറന്നില്ല. ഒരു വാക്കും മിണ്ടിയില്ല. അവരുടെ അടഞ്ഞ കൺപോളകളിലും വരണ്ട ചുണ്ടുകളിലും ഒരു ചിരിമാത്രം അപ്പോഴും ബാക്കിയുണ്ടായിരുന്നു.

ഏഴ്

അത്താഴത്തിന്റെ തലേദിവസം രാത്രി കിനാവൂരമ്പലത്തിലെ ഗണപതിയുടെ പഞ്ചലോഹവിഗ്രഹം കള്ളൻ കൊണ്ടുപോയി. രാത്രി നടയടച്ച് പോവുകയായിരുന്ന പൂജാരിയെ ആരോ തലയ്ക്കടിച്ച് ബോധം കെടുത്തിയാണ് കളവ് നടത്തിയത്.

രാവിലെ പുഴയിൽ കുളിച്ച് ദേവനെ തൊഴാൻ വന്ന സ്ത്രീകളാണ് ആദ്യം വിവരമറിഞ്ഞത്. അമ്പലത്തിലെ പടികയറിയപ്പോഴേ അവർക്ക് എന്തോ പന്തികേട് തോന്നിയിരുന്നു. എവിടെയും തിരികൊളുത്തിയിട്ടില്ല. ശ്രീകോവിലിനുള്ളിൽനിന്ന് മണിയൊച്ചകളില്ല.

അവർ ഓടിയടുത്തുവന്നു. ശ്രീകോവിലിന്റെ വാതിൽ കുത്തിപ്പൊളിച്ചിട്ടിരിക്കുന്നു. ഗണപതി വിഗ്രഹം പീഠമടക്കം കാണാനില്ല.

സ്ത്രീകളുടെ കൂട്ട നിലവിളികേട്ട് നാട്ടുകാരോടിയെത്തി. പരക്കംപാച്ചിലിനിടയ്ക്ക് അമ്പലക്കമ്മിറ്റി ആപ്പീസിൽ ബോധം കെട്ടു കിടക്കുന്ന പൂജാരിയെ ആരോ കണ്ടെത്തി. അയാളുടെ തലയ്ക്ക് നല്ലൊരു മുറിവുണ്ടായിരുന്നു.

ആ വാർത്ത കിനാവൂരിനെ മുഴുവൻ ഞെട്ടിച്ചു. അമ്പലമുറ്റത്ത് പൊലീസെത്തി. അന്വേഷണം മുറുകി.

കിനാവൂരിലെ സകല കുളങ്ങളിലും കിണറുകളിലും പുഴ

യിലെ ചതിക്കുഴികളിൽപ്പോലും നാട്ടുകാരിറങ്ങി മുങ്ങിത്തപ്പി. വിഗ്രഹം കിട്ടിയില്ല.

പ്രശ്നംവെച്ച ജോത്സ്യൻ ആണയിട്ടു പറഞ്ഞു:

"ദേവൻ തിരിച്ചെത്തും സംശല്ല്യ."

പക്ഷേ നാട്ടുകാരുടെ സംശയം കൂടിക്കൂടിവന്നു. കിനാവൂരിലെ പഴമക്കാരുടെ മനസുകളൊക്കെ മൂടിക്കെട്ടി. ദേവനുപേക്ഷിച്ച അമ്പലത്തിൽ ആളുകൾ വരാതായി. ഇതിലൊക്കെ തങ്ങൾക്കെന്തു കാര്യമെന്നായിരുന്നു ഉണ്ണൂണ്ണിയുടെയും കൂട്ടരുടെയും മട്ട്. അവരുടെ മനസിൽ അത്തം മുതലേ ഉത്സവം തുടങ്ങിയതാണ്.

സ്കൂളില്ല. 'പഠിക്കെടാ' എന്നാരും പറയില്ല.

ഉച്ചയൂണു കഴിഞ്ഞാൽ ഓലക്കൂടകളുമായി അവർ പൂവിറുക്കാൻ നടന്നു. വെയിലാറുമ്പോഴേക്ക് അവരുടെ കൂടകളിൽ തുമ്പയും തെച്ചിയും കാക്കപ്പൂവും നിറഞ്ഞു. രാവിലെ ചാണകം മെഴുകിയ മുറ്റങ്ങളിൽ ആ പൂക്കൾ നിരയൊപ്പിച്ചു നിന്നു ചിരിച്ചു.

ഉത്രാടത്തലേന്ന് ഉണ്ണൂണ്ണിയും കൂട്ടുകാരും ആലോചിച്ചു:
"നാളേക്ക് പൂവെവ്ട്ന്ന് കിട്ടും?"

"നമുക്ക് മലേല് പോവാം."

ആരോ അഭിപ്രായപ്പെട്ടു.

മലയിൽ പൂവിന് പഞ്ഞമില്ല. തെച്ചിമൊട്ടുകൾ തിരുവോണത്തിന് വിരിഞ്ഞോളും. പിന്നെ മുള്ളൻ പഴവും തെച്ചിപ്പഴവും ഇഷ്ടംപോലെ തിന്നാം.

ഊണു കഴിഞ്ഞ ഉടനെ അവർ പുറപ്പെട്ടു. മലയിലേക്കാണെന്ന് ആരും വീട്ടിൽ പറഞ്ഞില്ല. പറഞ്ഞാൽ സമ്മതിക്കുമായിരുന്നില്ല.

പത്തു പന്ത്രണ്ടുപേരുടെ സംഘം. സംഘത്തിലേറ്റവുമിളയവൻ ആറാം ക്ലാസിൽ പഠിക്കുന്ന ഉണ്ണൂണ്ണി.

മലഞ്ചെരുവിലേക്ക് രണ്ടു നാഴികയിലേറെ ദൂരമുണ്ട്. പൂവട്ടികളും വീശി ഉറക്കെ പൂപ്പൊലിച്ച് അവർ നടന്നു.

പാതി വഴിക്കുവെച്ച് ഉണ്ണൂണ്ണി ചോദിച്ചു:

"നമ്മളേത് മലേയ്ക്കാ പോണത്?"

"കോലുമല" കൂട്ടുകാർ പറഞ്ഞു.

അതൊരു ചെറിയ മലയാണ്. വെയിലാറുമ്പോഴേക്ക് കയറി

യിറങ്ങാവുന്നതേയുള്ളൂ. അവിടെനിന്ന് പിന്നെയുമൊരരനാഴിക നടന്നാൽ മയിൽപ്പാറക്കുന്നിന്റെ അടിവാരത്തിലെത്താം.

ഉണ്ണൂണ്ണി പറഞ്ഞു:

"നമുക്ക് മയിൽപ്പാറക്കുന്നിലേക്ക് പൂവാം."

"ഉണ്ണൂണ്ണ്യേ നെനക്ക് പ്രാന്താ."

കൂട്ടുകാരൊറ്റ സ്വരത്തിൽ പറഞ്ഞു.

മയിൽപ്പാറക്കുന്ന് ഭൂതത്താന്മാരുടെ സങ്കേതമാണ്. അവിടെ നിറയെ കാട്ടുമക്കളുടെ കുഴിമാടങ്ങളുണ്ട്. കുന്നുകയറി മലമുകളിലെത്തിയാൽ കാണാമൊരു ചെകുത്താൻ കാവ്. കാവിനു കാവലായി ചുറ്റും ചെകുത്താന്മാരുണ്ട്. അങ്ങോട്ടു പോയവരാരും തിരിച്ചെത്തിയിട്ടില്ല.

കഥകളൊക്കെ ഉണ്ണൂണ്ണിയും കേട്ടതാണ്.

"നിങ്ങടെ കോലുമലേല് പൂവൊന്നൂല്ല്യ. ഞാൻ മയിൽപ്പാറ കേറാൻ പോവ്വാ."

ആരും ഒന്നും മിണ്ടിയില്ല. മയിൽപ്പാറ എന്നു കേട്ടപ്പോഴേ എല്ലാവരും പേടിച്ചിരുന്നു.

അവസാനം ആരോ പറഞ്ഞു:

"ഉണ്ണൂണ്ണ്യേ വീട്ടിലറിഞ്ഞാൽ തല്ല് കിട്ടും ട്ടോ."

"തല്ല് എനിക്ക് മാത്രല്ലല്ലോ കിട്ടാ."

അതിനും മറുപടിയില്ല.

അവസാനം ഉണ്ണൂണ്ണി പറഞ്ഞു.

"ധൈര്യള്ളോർണ്ടെങ്കിൽ വന്നോളിൻ. ഇനിക്ക് പേട്യൊന്നൂല്ല്യ."

ഉണ്ണൂണ്ണി കൂടയും വീശി മുന്നോട്ടു നടന്നു. ആരും കൂടെവന്നില്ല.

ഒരു വിളിപ്പാടകലെയെത്തി ഉണ്ണൂണ്ണി വിളിച്ചുപറഞ്ഞു:

"എറങ്ങി വന്നിട്ട് ഇന്നേം കാത്ത് നിക്കണേ."

നടന്നുനടന്ന് ഉണ്ണൂണ്ണി മയിൽപ്പാറക്കുന്നിന്റെ അടിവാരത്തെത്തി. കുന്ന് കയറാൻ തുടങ്ങി.

കുന്നിൽ മുകളിലേക്ക് നടക്കാൻ പറ്റിയ നല്ല വഴികളൊന്നുമില്ല. മുന്നോട്ടു നീങ്ങുന്തോറും മുള്ളും കാട്ടുപൊന്തയും വകഞ്ഞുമാറ്റി വേണം കയറാൻ. ചുറ്റും തെച്ചിപ്പൊന്തകൾ. അവയിൽ നിറയെ ചുവന്ന പൂക്കൾ.

ഉണ്ണൂണ്ണിക്ക് കുന്നിൻ മുകളിലെത്താനായിരുന്നു തിടുക്കം. ചെകുത്താൻ കാവൊന്നു കാണണം. കുന്നിൻ മുകളിൽനിന്ന് കൈയെത്തിച്ച് ആകാശം തൊടാൻ പറ്റുമോന്നു നോക്കണം. പൂവിറുക്കലൊക്കെ തിരിച്ചിറങ്ങുമ്പോഴാകാം.

കുന്ന് പാതിയെത്തിയാൽ കയറ്റം കുത്തനെയാണ്. കാട്ടുവള്ളികളിലും കരിമ്പാറയിലും പിടിമുറുക്കിയേ കാലുയർത്താൻ പറ്റൂ. പിടിവിട്ടാൽ പിന്നെ മലയടിവാരത്ത് എല്ലുപെറുക്കിയാൽ മതി. അത്ര അപകടം.

പാറക്കൂട്ടങ്ങളിലൂടെ അള്ളിപ്പിടിച്ച് ഉണ്ണൂണ്ണി മുകളിലേക്കുള്ള കയറ്റം തുടർന്നു.

കാട്ടുപൊന്തകളിൽനിന്ന് കിളികൾ ചിറകടിച്ച് പറന്നുയർന്നു. പാറയിടുക്കിലെ ഏതോ മാളത്തിൽനിന്ന് ഒരു കുറുക്കൻ പുറത്തേക്കോടി.

കൂർത്ത കല്ലുകളിൽത്തട്ടി കാലെവിടെയൊക്കെയോ മുറിഞ്ഞു. കാട്ടുമുള്ളുകളുരഞ്ഞ് ദേഹം മുഴുവൻ നീറി.

ഉണ്ണൂണ്ണി തളർന്നില്ല. ഇഞ്ചിഞ്ചായി അരിച്ചരിച്ച് കയറി ഒടുക്കം അവൻ മയിൽപ്പാറക്കുന്നിന്റെ നിറുകയിലെത്തുകതന്നെ ചെയ്തു.

അതൊരു വല്ലാത്ത കാഴ്ചയായിരുന്നു. ലോകത്തിന്റെ നിറുകയിൽ കയറി നിൽക്കുകയാണ് താനെന്ന് ഉണ്ണൂണ്ണിക്ക് തോന്നി. ഭൂമി മുഴുവൻ പച്ചപ്പ്. ആരോ വലിച്ചെറിഞ്ഞ തീപ്പെട്ടിക്കൂടുകൾ പോലെ അവിടവിടെ വീടുകൾ. വീടുകളിൽനിന്ന് നൂലുപോലെ പുകയുയരുന്നു. വളഞ്ഞു പുളഞ്ഞു കിടക്കുന്ന കിനാവൂർ പുഴ ഒരു വെളുത്ത പാമ്പാണെന്നു തോന്നി. കണ്ണെത്താത്തത്ര അകലെ ഭൂമിക്കു ചുറ്റും മലകൾ കൊണ്ടൊരു മതില്. ആകാശത്തൊഴുകുന്ന മേഘങ്ങൾ മലകളിൽ തട്ടി നിൽക്കുന്നു. ദൂരെ ദൂരെയുള്ള മലകൾക്കെല്ലാം ആകാശത്തിന്റെ നിറംതന്നെയാണ്.

പാറപ്പുറത്തിരുന്ന് കാഴ്ചകൾ കണ്ട് ഉണ്ണൂണ്ണി കിതപ്പുമാറ്റി. ദാഹിക്കുന്നുണ്ടായിരുന്നു. എന്നാലും ഉണ്ണൂണ്ണിക്കവിടെ നിന്നെണീറ്റുപോരാൻ തോന്നിയില്ല.

ഉണ്ണൂണ്ണി മലയുടെ ചെരിവിലേക്ക് നോക്കി. കണ്ടത് കാടാണ്. പടുകൂറ്റൻ മരങ്ങൾ ഇടതിങ്ങി വളർന്നുനിൽക്കുന്നു. ഇതു

തന്നെയായിരിക്കണം ചെകുത്താൻ കാവ്. ഉണ്ണൂണ്ണി വിചാരിച്ചു. അവൻ അങ്ങോട്ടു നടന്നു.

ഉണ്ണൂണ്ണിയെ പേടിപ്പിക്കാൻ ഒരു ചെകുത്താനും വന്നില്ല. നിറയെ വേടുകളും വലിയ മാളവുമുള്ള ഒരു പടുകൂറ്റൻ ആൽമരം കണ്ടു. ഉണ്ണൂണ്ണി അതിന്റെ ചുവട്ടിലേക്ക് ചെന്നു.

മാളത്തിനടുത്ത് കുറച്ചു ചാരം കിടക്കുന്നത് കണ്ടു. കത്തിക്കരിഞ്ഞ വിറകുകൊള്ളികളും.

ചെകുത്താൻകാവിൽ ആൾപ്പാർപ്പുണ്ടോ. ഉണ്ണൂണ്ണിയുടെ മനസിൽ സംശയം മുളച്ചുപൊന്തി. അവൻ ആൽമരത്തിന്റെ മാളത്തിലേക്കെത്തിനോക്കി. ഇരുട്ടുമാത്രം.

തന്റെ കാല് എന്തിലോ തടഞ്ഞുവെന്ന് ഉണ്ണൂണ്ണിക്ക് തോന്നി. കരിയിലകൾ. പക്ഷേ കരിയിലകൾ തട്ടി നീക്കിയപ്പോൾ ഇളകിയ മണ്ണുകണ്ടു.

പേടിതോന്നിയെങ്കിലും ഉണ്ണൂണ്ണി രണ്ടു കൈകൊണ്ടും ആ മണ്ണ് നീക്കി നോക്കി. അവിടം ആഴത്തിൽ കിളച്ചിരിക്കയാണ്.

മണ്ണ് ഒന്നുരണ്ടടി ആഴത്തിൽ നീക്കിയപ്പോൾ കൈയിലെന്തോ തടഞ്ഞു.

പിന്നെയും മാന്തിയപ്പോൾ കണ്ടു. ഒരു ചാക്കുകെട്ട്. ഉണ്ണൂണ്ണി കഷ്ടപ്പെട്ട് ഭാരമുള്ള ആ കെട്ട് വലിച്ചു പുറത്തെടുത്തു. പിന്നെ ശ്രദ്ധയോടെ അതിന്റെ കെട്ടഴിച്ചു.

ഉണ്ണൂണ്ണി ഞെട്ടിപ്പോയി. അതിനകത്തൊരു വിഗ്രഹം. കിനാവൂരമ്പലത്തിൽനിന്ന് കളവുപോയ ഗണപതിയുടെ പഞ്ചലോഹ വിഗ്രഹം.

താൻ ആപത്തിന്റെ നടുവിലകപ്പെട്ടിരിക്കുകയാണെന്ന് ഉണ്ണൂണ്ണിക്ക് മനസിലായി. 'വേഗം രക്ഷപ്പെടണം' അവന്റെ മനസ്സ് പറഞ്ഞു.

വിഗ്രഹം ചാക്കിലേക്കിറക്കി കെട്ടുമുറുക്കി അത് ദേഹത്തോട് ചേർത്തുപിടിച്ച് ഉണ്ണൂണ്ണി കാവിൽനിന്ന് പുറത്തുകടന്നു.

കുന്നിൻ നെറുകയിൽനിന്ന് താഴ്വാരത്തിലേക്ക് പറന്നെത്താൻ ചിറകുകളുണ്ടായിരുന്നെങ്കിൽ എന്നവനാത്മാർഥമായാഗ്രഹിച്ചു.

പോക്കുവെയിൽ മാഞ്ഞു തുടങ്ങുന്നു. കുറച്ചു കഴിഞ്ഞാൽ സന്ധ്യയാവും. സന്ധ്യകഴിഞ്ഞാൽ മലയിൽ കാട്ടുമൃഗങ്ങളിറ

ങ്ങും. കുന്നിൻനിറുകയിൽനിന്ന് എങ്ങോട്ടു നോക്കിയാലും ഒരു പോലെ. വന്ന വഴിയേതെന്ന് തിരിച്ചറിയാനാകുന്നില്ല.

ശ്രദ്ധിച്ചു നോക്കിയപ്പോൾ ഒരു പാറക്കെട്ട് ഉണ്ണൂണ്ണി തിരിച്ച റിഞ്ഞു. അവൻ കുന്നിറങ്ങാൻ തുടങ്ങി.

കയറുംപോലെ എളുപ്പമല്ല കുന്നിറങ്ങാൻ. കാട്ടുവള്ളിക ളിലും പാറക്കല്ലുകളിലും പിടിമുറുക്കി ഇഴഞ്ഞിറങ്ങണം. ഒരു കൈയേ സ്വതന്ത്രമായുള്ളൂ. വെളിച്ചമാണെങ്കിൽ കുറഞ്ഞു കുറഞ്ഞു വരുന്നു.

മാറത്തിരിക്കുന്ന ഗണപതിയെ അവൻ മനസിൽ പ്രാർഥിച്ചു നോക്കി. എന്നിട്ടും ചിറകു മുളച്ചില്ല.

പരുക്കൻ കല്ലുകൾ കാലുകളിൽ പിന്നെയും മുറിവുകളു ണ്ടാക്കി. കാരമുള്ളുകൾ ദേഹം മുഴുവൻ കോറിവരച്ചു.

ഒന്നും ഉണ്ണൂണ്ണി അറിഞ്ഞില്ല.

മല മുക്കാലും ഇറങ്ങിക്കഴിഞ്ഞപ്പോഴേക്കും സന്ധ്യയായി. പിന്നെ വഴി തപ്പിപ്പിടിച്ചിറങ്ങേണ്ടിവന്നു.

അവസാനം കുന്നിറങ്ങി താഴെവന്നപ്പോഴേക്കും ശരിക്കും രാത്രിയായി. എങ്കിലും ഉണ്ണൂണ്ണിക്ക് സമാധാനമായി. തപ്പിപ്പിടി ച്ചാണെങ്കിലും നടക്കാം.

ചാക്കുകെട്ട് ഒന്നു കൈമാറ്റിപ്പിടിച്ച് ഉണ്ണൂണ്ണി മുന്നോട്ടു തന്നെ നടന്നു.

ഇരുട്ടിലൂടെ അവനൊന്നു പിന്തിരിഞ്ഞുനോക്കി. കരിമ്പടം പുതച്ച ഒരു രാക്ഷസരൂപിയെപ്പോലെ മയിൽപ്പാറക്കുന്ന് തന്നെ ഉറ്റുനോക്കുന്നു.

ചാക്കുകെട്ടും താങ്ങി കാലുകൾ നീട്ടിവച്ച് ഉണ്ണൂണ്ണി നട ന്നു. ഇരുട്ടാണ്. എങ്കിലും നാട്ടുവെളിച്ചത്തിൽ വഴി മങ്ങിക്കാ ണാം. ഒന്നൊന്നര നാഴിക പിന്നിട്ടു കഴിഞ്ഞപ്പോൾ അകലെ നിന്നും കുറെ തീപ്പന്തങ്ങൾ എതിരേ വരുന്നതുകണ്ടു. മയിൽപ്പാ റക്കുന്നിൽനിന്ന് തോന്നാത്ത പേടി ഇപ്പോഴവനെ കീഴടക്കി. ഉണ്ണൂണ്ണി വഴിവിട്ട് ഒരു മരച്ചുവട്ടിൽ മറഞ്ഞുനിന്നു.

പന്തങ്ങൾ അടുത്തടുത്തു വന്നു. ആളുകൾ ശരിക്കും അടു ത്തെത്തിയപ്പോൾ ഉണ്ണൂണ്ണി തിരിച്ചറിഞ്ഞു.

മുന്നിലെ പന്തം പിടിച്ചിരിക്കുന്നത് അച്ഛനാണ്. പിറകിൽ പത്തിരുപതുപേർ വേറെയുമുണ്ട്.

അവരാരും ഒന്നും മിണ്ടുന്നില്ല. കാലുകൾ നീട്ടിവെച്ച് നടക്കുകയാണ്.

ഉണ്ണൂണ്ണിക്ക് മനസിലായി. അവർ തന്നെത്തിരഞ്ഞ് മയിൽപ്പാറക്കുന്നിലേക്ക് പോവുകയാണ്.

തൊട്ടടുത്തെത്തിയപ്പോൾ ഉണ്ണൂണ്ണി വിളിച്ചു.

"അച്ഛാ."

എല്ലാ പന്തങ്ങളും നിന്നു.

"ഞാനാ ഉണ്ണൂണ്ണി."

മരത്തിന്റെ മറവിൽനിന്ന് അവൻ വെളിച്ചത്തേക്ക് വന്നു.

"ന്റുണ്ണൂണ്ണ്യേയ്." അച്ഛൻ അവനെ കോരിയെടുത്തു. അപ്പോഴും വിഗ്രഹത്തിന്റെ ചാക്കുകെട്ട് അവൻ താഴെ വെച്ചിരുന്നില്ല.

"ഇതെന്താ മോനേ?"

"ഒക്കെ വീട്ടിലെത്തിയിട്ട് പറയാം" ഉണ്ണൂണ്ണി പറഞ്ഞു.

ആ സ്വരം പന്തിയല്ലെന്ന് എല്ലാവർക്കും തോന്നി. ആരും ഒന്നും ചോദിച്ചില്ല. ചോദ്യങ്ങളൊക്കെ വീട്ടിലെത്തിയിട്ടാകാമെന്ന് എല്ലാവരും തീരുമാനിച്ചു.

വീടെത്തുംവരെ അച്ഛന്റെ തോളത്തായിരുന്നു ഉണ്ണൂണ്ണി. ചാക്കുകെട്ട് അവന്റെ മടിയിലും. ആകാംക്ഷകൊണ്ട് വീർപ്പുമുട്ടുന്ന മനസുമായി ബാക്കിയുള്ളവർ പിന്തുടർന്നു.

പന്തങ്ങൾ പടിക്കലെത്തിയപ്പോഴേ മുറ്റത്തുനിന്ന് കരഞ്ഞു തളർന്ന അമ്മ വിളിച്ചു ചോദിച്ചത് ഉണ്ണൂണ്ണി കേട്ടു.

"ന്റെ കുട്ടി വന്നോ?"

മുറ്റത്തെത്തിയപ്പോൾ ഉണ്ണൂണ്ണി അച്ഛന്റെ തോളത്തുനിന്നിറങ്ങി.

അമ്മയുടെ കണ്ണീർമുത്തങ്ങളാണ് അവനെ എതിരേറ്റത്.

"ദെന്താ മോനേ?"

അവന്റെ കൈയിലെ ഭാരം കണ്ട് അമ്മയും ചോദിച്ചു.

മറുപടി പറയാതെ ചുറ്റുംകൂടിയ ആൾക്കാർക്കിടയിലൂടെ ഉണ്ണൂണ്ണി വീട്ടിനകത്തേക്ക് നടന്നു.

മച്ചകത്തെത്തിയാണ് ഭാരമിറക്കിയത്. ചാട്ടുകെട്ടഴിച്ച് വിഗ്രഹം പുറത്തെടുത്തു. അച്ഛൻ നാക്കിലവെച്ച് പൂജിക്കാറുള്ള വലിയ പീഠത്തിൽ മെല്ലെ അത് വെച്ചു.

വാതിൽക്കലും ജനാലയ്ക്കലുംനിന്ന് തിക്കിത്തിരക്കി പാളി നോക്കുന്ന ആളുകൾ ആ കാഴ്ചകണ്ട് നിശ്ചലരായി നിന്നു. അവരുടെ ഭക്തി സകല നിയന്ത്രണങ്ങളുംവിട്ട് ശരണം വിളികളായി പുറത്തേക്കൊഴുകി.

പിന്നെ ഉണ്ണൂണ്ണി അവിടെ നിന്നില്ല. മച്ചിന്റെ വാതിൽക്കൽ തള്ളിയും തിക്കിയും നിൽക്കുന്നവരുടെ ഇടയിലൂടെ ഞെങ്ങി ഞെരുങ്ങി പുറത്തുകടന്നു.

ആ രാത്രി കിനാവൂരിലാരുമുറങ്ങിയില്ല. മോഷ്ടിക്കപ്പെട്ട വിഗ്രഹം തിരിച്ചെത്തിയെന്ന വാർത്ത കേട്ടവരൊക്കെ കിട്ടിയ വെളിച്ചവുമായി ഉണ്ണൂണ്ണിയുടെ വീട്ടിലേക്കൊഴുകി. തീർഥാടകരെപ്പോലെ.

ആരും കാണാതെ നെല്ലുകുത്തുപുരയുടെ ഒരു മൂലയ്ക്ക് പായിൽ ചുരുണ്ടുകൂടി കിടക്കുകയായിരുന്നു ഉണ്ണൂണ്ണി. ആകെ തളർന്നിരുന്നു. ദേഹമാകെ നീറുന്നു. പുകയുന്നു. ഉറക്കം കൺപോളകളെ കടിച്ചുതൂങ്ങുന്നുമുണ്ട്. പക്ഷേ ഉറക്കത്തിലേക്ക് തെന്നിവീഴുമ്പോഴേക്കും മച്ചിനകത്തുനിന്ന് ഒരു 'ഭഗവാനേ' വിളിയിൽ അവൻ ഞെട്ടിയുണരും.

തിരുവോണനാളുദിക്കാൻ പോകുന്നു. പൂക്കളൊന്നുമൊരുങ്ങിയിട്ടില്ല. എല്ലാ വീടുകളിലും പൂക്കളങ്ങളൊരുങ്ങുമ്പോൾ തന്റെ മുറ്റം മാത്രം..... അവന് നിരാശ തോന്നി.

പിന്നെ എപ്പൊഴോ ഉറക്കം തണുത്ത കാറ്റായി വന്ന് അവനെ തഴുകി.

പൂക്കളെ സ്വപ്നം കണ്ട് അവനുറങ്ങി.

എട്ട്

എത്ര പെട്ടെന്നാണ് ഉണ്ണൂണ്ണിയുടെ പേര് നാടുനാടാന്തരം പരന്നത്. വിഗ്രഹം കണ്ടെത്തിയ വാർത്ത പത്രങ്ങളിലൊക്കെ വിശദമായച്ചടിച്ചു വന്നു. വാർത്തയോടൊപ്പം അച്ഛന്റെയും അമ്മയുടെയും നടുവിൽ ഉണ്ണൂണ്ണി നിൽക്കുന്ന ഫോട്ടോയുമുണ്ടായിരുന്നു.

സംഭവം നടന്നതിന്റെ രണ്ടാം ദിവസം മയിൽപ്പാറക്കുന്നിലെ പാറക്കെട്ടുകളിലൊളിച്ചിരുന്ന പൊലീസുകാർ കള്ളനെ വലയിൽ വീഴ്ത്തി. നല്ല വീക്കു കിട്ടിയപ്പോൾ കള്ളൻ മണിമണിപോലെ സത്യം പറഞ്ഞു. അവന്റെ കൂട്ടുകള്ളന്മാരുടെ പേരുകളൊക്കെ അങ്ങനെയാണ് പുറത്തായത്. അതോടെ പൊലീസുകാർക്ക് തലവേദനയായിരുന്ന പല കേസുകൾക്കും തുമ്പും വാലുമുണ്ടായി.

അങ്ങനെ ഉണ്ണൂണ്ണി കിനാവൂരുകാരുടെ മുഴുവൻ കണ്ണിലുണ്ണിയായി മാറി.

ഗണപതിവിഗ്രഹം കുറച്ചുദിവസം കൂടി ഉണ്ണൂണ്ണിയുടെ വീട്ടിലെ മച്ചിലിരുന്നു. പുനഃപ്രതിഷ്ഠയ്ക്കുള്ള മുഹൂർത്തം നിശ്ചയിക്കാൻ പ്രശ്നം വെച്ച ജ്യോത്സ്യൻ അങ്ങനെയാണ് പറഞ്ഞത്. ആ ദിവസങ്ങളിലത്രയും ഉണ്ണൂണ്ണിയുടെ വീട്ടിലേക്ക് ഭക്തന്മാരുടെ ഒഴുക്കായിരുന്നു.

പുനഃപ്രതിഷ്ഠയും ചടങ്ങുകളുമൊക്കെ ഗംഭീരമായി. താലപ്പൊലിയും എഴുന്നള്ളത്തും ബാലെയും വെടിക്കെട്ടുമൊക്കെക്കണ്ട് അന്ന് കിനാവൂരുകാരുടെ ഉള്ളം കുളിർത്തു.

എല്ലാറ്റിനും കാരണക്കാരനായ ഉണ്ണൂണ്ണിയെ നാട്ടുകാർ മറന്നില്ല. അവരുടെ വകയായി അന്ന് അവനൊരു സമ്മാനം നൽകപ്പെട്ടു. ഗണപതി രൂപം കൊത്തിയ ലോക്കറ്റുള്ള ഒരു സ്വർണ മാല.

പിറ്റേദിവസം തൊട്ട് ഉണ്ണൂണ്ണി സ്കൂളിൽ പോയത് ആ മാലയും കഴുത്തിലണിഞ്ഞുകൊണ്ടായിരുന്നു. കാണുന്നവരുടെയും നോക്കുന്നവരുടെയുമൊക്കെ ശ്രദ്ധ തന്നിലേക്കാവാഹിച്ചുകൊണ്ട് ഉണ്ണൂണ്ണി നടന്നു. കുപ്പായത്തിനുമേലെ മാറിൽ കിടന്നു തിളങ്ങിയ മാലയിലും ലോക്കറ്റിലുമൊന്ന് തൊട്ടുനോക്കാൻ കുട്ടികൾക്കൊക്കെ കൊതിയുണ്ടായിരുന്നു.

ഉണ്ണൂണ്ണി സമ്മതിച്ചില്ല.

"വേണ്ട വേണ്ട. തൊടാതെ നോക്കിയാൽ മതി." അവൻ പറഞ്ഞു.

ആയിടയ്ക്ക് സ്കൂളിലേക്ക് ഒരു പുതിയ മാഷ് സ്ഥലംമാറ്റം കിട്ടിവന്നു. കൈയിൽ വടിയോ കണ്ണിൽ ദേഷ്യമോ ഇല്ലാത്ത കുറുപ്പുമാഷെ എല്ലാ കുട്ടികൾക്കും ഇഷ്ടമായി.

അന്ന് ക്ലാസ് വിടാൻ നേരത്താണ് മാഷ് ഉണ്ണൂണ്ണിയെ ശ്രദ്ധിച്ചത്. മുൻബെഞ്ചിൽ കുപ്പായത്തിന്റെ മേലെ സ്വർണമാലയുമണിഞ്ഞ് ഞെളിഞ്ഞിരിക്കുന്ന ഉണ്ണൂണ്ണിയെക്കണ്ട് കൗതുകം തോന്നി മാഷ് പറഞ്ഞു.

"അവിടെ എണീറ്റ് നിക്ക്."

എല്ലാ കണ്ണുകളും അവന്റെ മാലയിലേക്ക് നീണ്ടു.

"എന്താ പേര്?"

"ഉണ്ണൂണ്ണി."

"ഉണ്ണൂണ്ണീച്ചാൽ ആങ്കുട്ട്യോ പെങ്കുട്ട്യോ?"

കുട്ടികൾ മുഴുവൻ പൊട്ടിച്ചിരിച്ചു. ഉണ്ണൂണ്ണിക്ക് വല്ലാത്ത ജാള്യത തോന്നി.

"ആങ്കുട്ട്യന്ന്യാ അല്ലേ?"

അപ്പോഴും ഉണ്ണൂണ്ണി ഒന്നും മിണ്ടിയില്ല.

"ഞങ്ങടെ നാട്ടിലൊന്നും ആങ്കുട്ടികള് ഇങ്ങനെ മാലയിട്ട് സ്കൂളിൽ വരാറില്ല. അതും കുപ്പായത്തിന്റെ മേലെ."

മാഷ് അങ്ങനെ പറഞ്ഞത് കുട്ടികൾക്കാർക്കും ഇഷ്ടപ്പെട്ടില്ല. ഉണ്ണൂണ്ണി അങ്ങനെ വഷളാക്കപ്പെടേണ്ട ആളല്ലല്ലോ.

ആ മാലയുടെ പിറകിലുള്ള കഥ വിളിച്ചുപറയാൻ ഓരോ നാവുകളും തരിച്ചു. അവസാനം പിൻബെഞ്ചിൽനിന്ന് ആരോ ധൈര്യം സംഭരിച്ച് ഉറക്കെപ്പറഞ്ഞു.

"സാർ ആ മാല......"

അതോടെ എല്ലാവർക്കും ധൈര്യമായി. ഓരോരുത്തരും ചറ പറാന്ന് ആ കഥ പറയാൻ തുടങ്ങി. മാഷക്ക് ഒന്നും മനസിലായില്ല. അറിയാത്ത കുറെ പേരുകൾ മാത്രം കേട്ടു. മയിൽപ്പാറ, ചെകുത്താൻകാവ് അങ്ങനെയങ്ങനെ.

ആ ബഹളത്തിനിടയ്ക്ക് ബല്ല് മുഴങ്ങി. പുസ്തകവുമെടുത്ത് മാഷ് പുറത്തേക്കു പോയി.

ഉണ്ണൂണ്ണിക്ക് വലിയ നാണക്കേട് തോന്നി. മാല അവൻ കുപ്പായത്തിന്റെ ഉള്ളിലേക്കിട്ടു. വൈകുന്നേരം തലയും താഴ്ത്തിയാണ് വീട്ടിലേക്ക് നടന്നത്.

വീട്ടിലെത്തിയിട്ടും അതേ ഭാവമായിരുന്നു. ദേഷ്യമോ സങ്കടമോ ഒക്കെ നിറഞ്ഞ കണ്ണുകൾ. ആരു ചോദിച്ചിട്ടും ഒന്നും മിണ്ടിയില്ല. കുട്ടിക്കെന്തു പറ്റിയെന്നറിയാതെ വീട്ടിലമ്പരപ്പായി.

വല്ല കരിങ്കണ്ണന്മാരും നോക്കിവെച്ച് വല്ലതും പറഞ്ഞതാണോന്നായിരുന്നു അമ്മയ്ക്ക് പേടി. വിഗ്രഹം കണ്ടെടുത്ത അന്നു മുതൽ നാട്ടുകാരുടെ മുഴുവൻ കണ്ണുകളും കുട്ടിയുടെ മേലാണ്.

ഒരു ചരട് ജപിച്ചുകെട്ടുന്ന കാര്യം അച്ഛനോട് സംസാരിക്കാനായി അമ്മ ഉമ്മറത്തേക്ക് കടന്നതായിരുന്നു.

ആരോ പടി കടന്നു വരുന്നതു കണ്ടു.

അച്ഛൻ മുറ്റത്തേക്കിറങ്ങി നോക്കി. പരിചയമില്ലാത്ത ഒരാൾ.

"വീട് ഞാൻ ചോദിച്ചറിഞ്ഞു കണ്ടുപിടിച്ചു."

മുഖവുരയൊന്നുമില്ലാതെ ചിരിച്ചുകൊണ്ട് ആഗതൻ പറഞ്ഞു.

"മനസിലായില്ല്യല്ലോ" അച്ഛൻ.

"ഞാൻ സ്കൂളിൽ പുതുതായി വന്ന മാഷാണ്."

പുതിയ മാഷ് വഴിയൊക്കെ ചോദിച്ചറിഞ്ഞ് വരാനുള്ള വിശേഷമെന്താണെന്നമ്പരക്കുകയായിരുന്നു അച്ഛൻ.

"വിശേഷം ണ്ട്."

ഉമ്മറത്തെ കസേരയിലിരുന്നുകൊണ്ട് മാഷ് പറഞ്ഞു:

"നിങ്ങടെ മകൻ ഉണ്ണൂണ്ണിയെ ഞാൻ കുറച്ചു വേദനിപ്പിച്ചൂന്നാ തോന്നണേ. ച്ചാൽ വടേ്യാണ്ടല്ല. വടിയേക്കാൾ മൂർച്ച വാക്കിനാ

ണല്ലോ. സത്യം അറിഞ്ഞപ്പോൾ ഒരരുതായ്ക. അതോണ്ട് വന്ന താ."

ആ കഥ മുഴുവനറിഞ്ഞപ്പൊഴേ അച്ഛന്റെയും അമ്മയുടെയും ആകാംക്ഷ മുഴുവൻ ശമിച്ചുള്ളൂ.

എല്ലാം കേട്ടപ്പോൾ അമ്മ പറഞ്ഞു:

"വൈകുന്നേരം വന്നപ്പൊത്തൊടങ്ങി കുട്ടിക്കൊരു വല്ലായ്മ. ചോയ്ച്ചിട്ടൊട്ട് മിണ്ട്ണൂല്ല്യാ. കാര്യം ന്താന്ന്പ്പഴല്ലേ പിടികിട്ടീത്."

"ഉണ്ണൂണ്ണ്യേ. ബടെവാ." അച്ഛൻ അകത്തേക്ക് നീട്ടിവിളിച്ചു.

വാതിലിന്റെ മറവിലൊളിച്ചിരുന്ന് എല്ലാം ഉണ്ണൂണ്ണി കേട്ടിരുന്നു. എങ്കിലും അമ്മ പുറത്തേക്ക് പിടിച്ചു വലിച്ചു കൊണ്ടു വരേണ്ടിവന്നു.

"ദേഷ്യം തോന്നര്ത് ട്ടൊ ഉണ്ണൂണ്ണ്യേ. ഒന്നും അറിയാണ്ടാണ് മാഷ് അങ്ങന്യൊക്കെ പറഞ്ഞത്."

അപ്പോൾ അച്ഛനിടപെട്ടു:

"അതൊന്നും സാരല്ല്യ മാഷേ. അത്ര വലിയ അപരാധൊന്ന്വല്ലല്ലോ."

മാഷുടെ വരവിന് മറ്റൊരുദ്ദേശ്യം കൂടിയുണ്ടായിരുന്നു. പുതിയ ആളായതുകൊണ്ട് തൽക്കാലം ഹെഡ്മാസ്റ്ററുടെ കൂടെ താമസിക്കുകയാണ്. നാട്ടിൽ ഭാര്യയും ഒരു മോളുമുണ്ട്. അവരെയും കിനാവൂരിലേക്ക് കൊണ്ടുവരണമെന്നുണ്ട്. അതിന് സൗകര്യത്തിനൊരു വീട് വാടകയ്ക്കു കിട്ടണം.

അച്ഛൻ അമ്മയെ നോക്കി. ഒരുനിമിഷം കഴിഞ്ഞ് പറഞ്ഞു:

"ഒരു സ്ഥലംണ്ട്. ഒന്നാലോചിക്കട്ടെ. മാഷ് നാളെ വരൂ."

തെക്കെ വീട്ടിലെ ഇന്നമ്മ മരിക്കുംമുമ്പ് ഒരു മരണപത്രമെഴുതി കിടക്കയുടെ ചോട്ടിൽ വച്ചിരുന്നു. എന്നോ നാടുവിട്ടുപോയ മകൻ എന്നെങ്കിലും തിരിച്ചുവരുമ്പോൾ വീടും പറമ്പും അയാൾക്ക് കൊടുക്കണമെന്നും അതുവരെ അത് നോക്കി നടത്തേണ്ട ചുമതല ഉണ്ണൂണ്ണിയുടെ അച്ഛനെ ഏൽപ്പിച്ചിരിക്കുന്നു എന്നൊക്കെ അതിലുണ്ടായിരുന്നു.

എന്തായാലും തന്നിഷ്ടം നടത്തീന്ന് വരരുതല്ലോ. ഇന്നമ്മയുടെ വീട് കുറുപ്പുമാഷക്ക് താമസിക്കാൻ കൊടുക്കുന്ന കാര്യം

അച്ഛൻ നാട്ടുപ്രമാണിമാരോട് സംസാരിച്ചു. അവർക്കും അത് സന്തോഷമുള്ള കാര്യമായിരുന്നു.

വൈകുന്നേരം കുറുപ്പുമാഷ് വന്നപ്പോൾ അച്ഛൻ പറഞ്ഞു:

"ഒക്കെ ശര്യായിരിക്ക്ണു. ഷ്ടപ്പെടോന്നാണ് സംശയം."

വീട് മാഷക്ക് ഇഷ്ടമായി. പിറ്റേ ആഴ്ചയിൽ നാട്ടിൽനിന്ന് ഭാര്യയേയും കുട്ടിയേയും കൊണ്ടുവരാനും തീരുമാനമായി.

ആ രാത്രി ഉണ്ണൂണ്ണി പിന്നെയും ഇന്നമ്മയെ സ്വപ്നം കണ്ടു.

ഒൻപത്

കിനാവൂരും വളരുകയായിരുന്നു. പണ്ടൊക്കെ തോന്നുന്ന നേരത്ത് പോവുകയും വരികയും ചെയ്തിരുന്ന രണ്ടേ രണ്ടു ബസാണങ്ങോട്ടുണ്ടായിരുന്നത്. ഇന്ന് ആ സ്ഥാനത്ത് ബസുകളുടെ എണ്ണം അഞ്ചായി. ഉണ്ണൂണ്ണിയുടെ കാലമായപ്പോഴേക്കും ഹൈസ്കൂളിലേക്ക് ബസിൽ പോയിവരാമെന്നായി.

സരസ്വതിയും കാഞ്ചനവല്ലിയുമൊക്കെ നടന്നു പഠിച്ചാണ് പത്താം ക്ലാസുവരെയെത്തിയത്. ആ നടത്തമോർത്ത് അന്നൊക്കെ പല വീട്ടുകാരും കുട്ടികളെ ഹൈസ്കൂളിലേക്കയച്ചിരുന്നില്ല. പെൺകുട്ടികളെ പ്രത്യേകിച്ചും.

ബസുകളുടെ എണ്ണം കൂടിയപ്പോൾ സ്ഥിതി മാറി. രാവിലെയും വൈകുന്നേരത്തുമുള്ള ബസ് ഹൈസ്കൂളുകാരെക്കൊണ്ട് നിറഞ്ഞു.

വൈകുന്നേരങ്ങളിൽ ഉണ്ണൂണ്ണിക്ക് ഒരു പുതിയ കൂട്ടുകാരിയെക്കിട്ടി. കുറുപ്പുമാഷുടെ മകൾ മാധവിക്കുട്ടി. കിനാവൂരിലെ സ്കൂളിൽ അവളെ മൂന്നാം ക്ലാസിൽ ചേർത്തു. എല്ലാവരും അവളെ കൊച്ചമ്മിണിയെന്നു വിളിച്ചു. ഉണ്ണൂണ്ണി അവൾക്ക് ഉണ്ണൂണ്ണിമാമനായിരുന്നു.

കുരുത്തോല പ്രാവുകളും കടലാസുതോണികളുമുണ്ടാക്കി തോട്ടത്തിലും പറമ്പിലുമുള്ള പൂക്കളേയും പുഴുക്കളേയും

നോക്കിനടന്ന് അവരുടെ കളിവേളകൾ സന്ധ്യയോളം നീണ്ടു.

ഒരുനാൾ മുറ്റത്തെ നാലുമണിച്ചെടികൾക്ക് വെള്ളമൊഴിച്ചു കൊണ്ടിരുന്ന ഉണ്ണൂണ്ണി ഒരു വിളികേട്ടു.

"ഉണ്ണൂണ്ണി മാമാ....."

കൊച്ചമ്മിണി തൊട്ടടുത്തുതന്നെയുണ്ട്. വിളിച്ചതവളല്ല. അതൊരു കിളിക്കൊഞ്ചൽ പോലുണ്ടായിരുന്നു. അവർ ചുറ്റും നോക്കി. ആരെയും കണ്ടില്ല. തോന്നിയതാവുമോ. അല്ല രണ്ടു പേരും കേട്ടതാണ്.

ചുറ്റും നോക്കുന്നതിനിടയിൽ പിന്നേയുമാ വിളി കേട്ടു.

"ഉണ്ണൂണ്ണി മാമാ....."

അപ്പോളാണത് കണ്ടത്. വീടിന്റെ വടക്കേ അതിരിലെ തലപോയ തെങ്ങിലെ കൊച്ചുപൊത്തിൽനിന്ന് ഉടൽപാതി പുറത്തേക്കിട്ട് ഒരു തത്തമ്മ.

"കൊച്ചമ്മിണീ" തത്ത പിന്നേയും വിളിച്ചു.

കൊച്ചമ്മിണി സന്തോഷംകൊണ്ട് മതിമറന്ന് കൈയടിച്ചു.

ഉണ്ണൂണ്ണി അവന്റെ വലതുകൈ നീട്ടിക്കാണിച്ചു.

"തത്തമ്മേ ബാ....."

തത്തമ്മ വന്നില്ല.

"പഴം തരാം."

തത്തമ്മക്ക് അനക്കമില്ല.

ഉണ്ണൂണ്ണി അകത്തേക്കോടി നല്ലപോലെ പഴുത്ത ഒരു പഴമെടുത്ത് കൊണ്ടുവന്നു. അതു കണ്ടപ്പോൾ തത്തമ്മയ്ക്ക് ചുണ്ടിൽ കൊതിയുറിക്കാണണം. പൊത്തിൽനിന്ന് ചിറകടിച്ച് പറന്നുവന്ന് അത് ഉണ്ണൂണ്ണിയുടെ കൈയിലിരുന്നു.

നല്ല മെരുക്കമുള്ള തത്ത. അതിന്റെ പച്ചത്തൂവലുകളിലും ചെഞ്ചുണ്ടുകളിലും കൊച്ചമ്മിണി വിരൽതൊട്ടു.

ചുണ്ടുകൊണ്ട് കടിച്ചുമുറിച്ച് തത്തമ്മ പഴം കൊത്തിക്കൊത്തി തിന്നു.

തത്തമ്മയെ കാണാൻ വീട്ടുകാരും മുറ്റത്തെത്തി.

ഒന്നുതൊട്ടുനോക്കാൻ കൊതിയോടെ കാഞ്ചനവല്ലി ഓടിവന്നതായിരുന്നു. തത്തമ്മ പേടിച്ച് പറന്നുപോയി പൊത്തിലൊളിച്ചു.

"അതിനെ പേടിപ്പിച്ചിട്ടല്ലേ?"

ഉണ്ണൂണ്ണി ദേഷ്യത്തോടെ ചോദിച്ചു.

പൊത്തിലേക്ക് നോക്കി കുറുപ്പുമാഷ് അഭിപ്രായപ്പെട്ടു:

"ആരോ ഓമനിച്ചു വളർത്തുന്ന തത്തയാണ്. കൂടുതുറന്നപ്പോൾ പാറിപ്പോയതാവും. ഉടമസ്ഥൻ അന്വേഷിച്ചു വരാതിരിക്കില്ല്യ."

ആരും അന്വേഷിച്ചു വരല്ലേ എന്നായിരുന്നു ഉണ്ണൂണ്ണിയുടേയും കൊച്ചമ്മിണിയുടേയും പ്രാർഥന.

പിറ്റേന്ന് വൈകുന്നേരവും പൊത്തിൽനിന്ന് വിളികേട്ടു.

"ഉണ്ണൂണ്ണി ഓടിപ്പോയി പഴം കൊണ്ടുവന്ന് വിളിച്ചപ്പോൾ തത്തമ്മ പറന്നുവന്നു."

പഴം തിന്ന് പാലും കുടിച്ച് കൊച്ചുകൊച്ചു വർത്തമാനങ്ങളും പറഞ്ഞ് ഉണ്ണൂണ്ണിയുടേയും കൊച്ചമ്മിണിയുടേയും തോളത്തും തലയിലും മാറിമാറിയിരുന്ന് സന്ധ്യയാവുംവരെ തത്തമ്മ അവരോടൊന്നിച്ച് കളിച്ചു.

അവരുടെ സായാഹ്നങ്ങളിൽ തത്തമ്മ പുതിയ കളിക്കൂട്ടുകാരിയായി. മറ്റുള്ളവരോട് ആദ്യം തോന്നിയ പേടിയൊക്കെ തത്തമ്മയ്ക്ക് ഇപ്പോൾ മാറി. ഉണ്ണൂണ്ണിയുടേയും കൊച്ചമ്മിണിയുടേയും വീട്ടിൽ അത് പുതിയൊരംഗത്തെപ്പോലായി.

ഒരുനാൾ മരപ്പൊത്തിൽ പുതിയൊരു തത്തമ്മയെക്കണ്ടു. അവരുടെ കളിത്തത്തമ്മയ്ക്ക് പുതിയൊരിണത്തത്ത. ഇണതത്തമ്മയ്ക്ക് സംസാരിക്കാനറിയില്ലായിരുന്നു. അത് അടുത്തു വന്നതുമില്ല. എന്നാലും കളിത്തത്തമ്മ പാറിവന്ന് അവരോടൊപ്പം കളിക്കുമ്പോൾ ഇണ പൊത്തിലിരുന്ന് അവരെ നോക്കുമായിരുന്നു.

കിനാവൂരിൽ കാറ്റും കോളുമായി ഇടവപ്പാതി കടന്നുവന്നു. വെള്ളം വന്ന് വയലുകളും വരമ്പുകളും മൂടി. കിനാവൂർ പുഴ കലങ്ങി മറിഞ്ഞൊഴുകി.

മഴപെയ്താൽ പിന്നെ ഉണ്ണൂണ്ണിക്ക് നിൽപ്പുറയ്ക്കില്ല. മുറ്റം തന്നെ പുഴയായി മാറുമ്പോൾ കടലാസു തോണികളിറക്കാൻ അമ്മയുടെ കണ്ണുവെട്ടിച്ച് പുഴക്കടവിൽ പോകേണ്ടതില്ല. മഴ കൊണ്ട് ആകെ നനഞ്ഞു കുതിർന്ന് അമ്മയുടെ തല്ലു കൊള്ളുംവരെ കളിതുടരും.

വികൃതിക്ക് നല്ല ശിക്ഷകിട്ടി. ഉണ്ണൂണ്ണിക്ക് പനി വന്നു. ഒരു ജലദോഷപ്പനി. അതങ്ങു മാറിക്കോളുമെന്ന് അമ്മയുമച്ഛനും കരുതി.

പനി മാറിയില്ല. വൈദ്യരുടെ കയ്പൻ കഷായവും ഗുളികകളും മാറി മാറിക്കൊടുത്തു. ഭേദമില്ല.

ദിവസം ചെല്ലുന്തോറും പനി കൂടിക്കൂടി വന്നു. വായ്ക്ക് രുചിയില്ലാതായി. ദേഹം തീപോലെ പൊള്ളി. കിടന്ന കിടപ്പിൽ നിന്നെണീക്കാൻ പറ്റാതെ വന്നു. സ്കൂളിൽ പോക്കും നിന്നു.

വൈകുന്നേരങ്ങളിൽ പതിവു സമയമാവുമ്പോൾ മരപ്പൊത്തിൽനിന്ന് തത്തമ്മ വിളിച്ചു.

"ഉണ്ണൂണ്ണി മാമാ."

അകത്തെ മുറിയിൽ ഉണ്ണൂണ്ണിയുടെ ക്ഷീണിച്ച കാതുകളിൽ ആ വിളി മുഴങ്ങി. എണീക്കാൻ ആവുംവിധം ശ്രമിച്ചിട്ടും അവനായില്ല.

എങ്കിലും കൊച്ചമ്മിണിയുടെ തോളത്തിരുന്ന് തത്തമ്മ ഉണ്ണൂണ്ണിയെ കാണാൻ വന്നു.

"ഉണ്ണൂണ്ണി മാമന് വയ്യ തത്തമ്മേ" ഉണ്ണൂണ്ണി ഞരങ്ങി.

അതുകേട്ട് സങ്കടത്തോടെ തത്തമ്മ പറഞ്ഞു:

"ഉണ്ണൂണ്ണി മാമന് വയ്യ കൊച്ചമ്മിണീ."

ഉണ്ണൂണ്ണിയുടെ പനി പിന്നെയും മൂർച്ഛിച്ചു. വൈദ്യരുടെ മരുന്ന് ഫലിക്കുന്നില്ലെന്ന് കണ്ട് കാറിൽ ദൂരെനിന്ന് ഡോക്ടറെ കൊണ്ടുവന്നു. അയാൾ നെഞ്ചിൽ കുഴലുവെച്ച് പരിശോധിച്ചു. കണ്ണും നാവും നോക്കി.

കൈത്തണ്ടയിൽ സൂചി കുത്തിക്കയറ്റി. പോവാൻ നേരത്ത് ഗുളികകളും കുപ്പിമരുന്നും കൊടുത്തു. ഒരു കുറവുമുണ്ടായില്ല. സംസാരിക്കാനോ കണ്ണുതുറക്കാനോ പോലുംപറ്റാത്ത അവസ്ഥ യായി. അമ്മയുമച്ഛനും രാത്രി ഉറക്കമൊഴിച്ച് അവനെ ശുശ്രൂ ഷിച്ചു.

കാര്യം കേട്ടറിഞ്ഞ് കാണാൻ പലരും വന്നിരുന്നു. അവ ന്റെപേരിൽ ആരുടെയൊക്കെയോ വകയായി ഗണപതിയമ്പല ത്തിൽ വഴിപാടുകളും നടത്തപ്പെട്ടു.

രണ്ടു ദിവസം ഉണ്ണൂണ്ണിക്ക് ബോധമുണ്ടായിരുന്നില്ല.

ആ ദിവസങ്ങളിൽ ഇടവപ്പാതി കിനാവൂരിൽ താണ്ഡവമാ ടുകയായിരുന്നു. രാവും പകലും നിലയ്ക്കാത്ത പേമാരി. പുഴ കരകവിഞ്ഞൊഴുകി. കിനാവൂർ സ്കൂളിലെ ഓലഷെഡ് നിലം പൊത്തി.

മൂന്നാംദിവസം കണ്ണുതുറക്കുമ്പോൾ കൊച്ചമ്മിണി മാത്രമേ അരികിലുണ്ടായിരുന്നുള്ളൂ.

“കൊച്ചമ്മിണീ” ഉണ്ണൂണ്ണി ഞരങ്ങി.

അവൾ വിശ്വാസംവരാതെ അവനെ നോക്കി. അവളുടെ കണ്ണുകളിലേക്ക് നഷ്ടപ്പെട്ട ഒരു പുഞ്ചിരി തിരിച്ചെത്തി.

“ഉണ്ണൂണ്ണി മാമാ” കൊച്ചമ്മിണി വിളിച്ചു.

പിന്നെയവൾ തേങ്ങുന്നതാണ് കണ്ടത്.

തേങ്ങലിനിടയിൽ വിക്കിവിക്കി കൊച്ചമ്മിണി പറഞ്ഞു.

“ഉണ്ണൂണ്ണി മാമാ..... നമ്മുടെ തത്തമ്മ.....”

അവൾക്ക് മുഴുമിക്കാനായില്ല.

ഇടവപ്പാതി താണ്ഡവമാടിയ നാളുകളിൽ കിനാവൂരിൽ കാറ്റും കോളും കലാപമുയർത്തിയ ഒരു രാത്രിയിൽ വടക്കേ അതി രിലെ തലപോയ തെങ്ങ് കടപുഴകി വീണിരുന്നു. അതിനടി യിൽപ്പെട്ട് അവരുടെ തത്തമ്മ മരിച്ചുപോയിരുന്നു. ചതഞ്ഞു പോയ അതിന്റെ പച്ച ഉടലിനരികെ പൊട്ടിത്തകർന്ന നാലഞ്ചു മുട്ടകളുമുണ്ടായിരുന്നു.

പത്ത്

പനി ഉണ്ണൂണ്ണിയെ ഒരു പേക്കോലമാക്കി മാറ്റി. പരിചയമുള്ളവരിൽ പലർക്കും കണ്ടാലറിയാത്ത വിധത്തിൽ അവനാകെ എല്ലും തോലുമായി. കവിളൊട്ടി. കണ്ണുകളൊക്കെ കുണ്ടിൽത്താണു. വാരിയെല്ലുകൾ വിരലുതൊട്ടെണ്ണാൻ തക്കവണ്ണം തെളിഞ്ഞു വന്നു.

ഏതാണ്ടൊന്ന് നിവർന്നുനടക്കാൻ പാകത്തിലായപ്പോഴാണ് പിന്നെയും സ്കൂളിൽ പോക്കു തുടങ്ങിയത്. പനി മൂർധന്യത്തിലെത്തിയ ദിവസങ്ങളിൽ സ്കൂളിൽനിന്ന് കൂട്ടുകാരും അധ്യാപകരുമൊക്കെ അവനെക്കാണാൻ വീട്ടിൽ വന്നിരുന്നുവത്രെ. ബോധംകെട്ട ആ കിടപ്പിൽ ഉണ്ണൂണ്ണിയുണ്ടോ അതൊക്കെ അറിയുന്നു.

പനി മാറിയതിൽപ്പിന്നെ ഉണ്ണൂണ്ണിക്ക് ഭയങ്കര വിശപ്പാണ്. സാധാരണ കഴിക്കുന്നതിന്റെ ഇരട്ടിവേണം. എന്നാലേ വയറ്റിൽ വല്ലതുമായി എന്ന് തോന്നൂ.

അച്ഛനുമമ്മയും പറഞ്ഞു:

"കൊറെ ദൂസം അന്നം കാണാണ്ടെ കെടന്നതല്ലേ, അതോണ്ടാവും."

അമ്മ അവന് ആട്ടിൻ സൂപ്പും നെയ്യിൽ മൂപ്പിച്ച ഉണങ്ങല്ലരിച്ചോറും കൊടുത്തു. തടി നന്നാവാൻ.

ഉണ്ണൂണ്ണിക്ക് സ്കൂളിലേക്ക് ചോറു കൊണ്ടുപോവാൻ ചെറി

യൊരു പാത്രമുണ്ടായിരുന്നു. വിശപ്പു വർധിച്ചപ്പോൾ ആ ചോറു കൊണ്ട് ഒന്നുമാവില്ലെന്നായി. പിന്നെ അച്ഛൻ വലിയൊരടുക്കു പാത്രം വാങ്ങിച്ചുകൊടുത്തു. ചോറും കൂട്ടാനും ഉപ്പേരിയും നിറയ്ക്കാൻ വെവ്വേറെ അടുക്കുകൾ. അതുതന്നെ എടുക്കാൻമാത്രം ഭാരമുണ്ടാവും.

പാത്രവും തൂക്കിപ്പിടിച്ച് ബസ് കയറാൻ രാവിലെ കിനാവൂരങ്ങാടിയിലേക്ക് പോകുന്ന ഉണ്ണൂണ്ണിയെക്കണ്ട് പലരും കളിയാക്കി ചോദിച്ചു:

“ന്താ ഉണ്ണൂണ്ണ്യേ, പാടത്ത് പണിക്കാര്ണ്ടോ?”

കളിയാക്കുന്നവർക്ക് കളിയാക്കിയാൽ മതിയല്ലോ! അവർക്കുണ്ടോ ഉണ്ണൂണ്ണിയുടെ വിശപ്പറിയുന്നു.

ദിവസം കുറച്ചുകഴിഞ്ഞപ്പോൾ ആ വലിയ അടുക്കുപാത്രത്തിൽ ചോറ് കുത്തിനിറച്ചാലും ഉണ്ണൂണ്ണിയുടെ വിശപ്പടങ്ങില്ലെന്ന സ്ഥിതി വന്നു.

ഉണ്ണൂണ്ണി കൊണ്ടുവരുന്നതിന്റെ നാലിലൊന്ന് ചോറേ ബാക്കി കുട്ടികൾ കൊണ്ടുവരാറുള്ളൂ. എങ്കിലും അവർ ഉണ്ടു പകുതിയാവുമ്പോഴേക്കും ഉണ്ണൂണ്ണിയുടെ ഊണു കഴിയും. പക്ഷേ ഒരു പീര്യേഡ് കഴിയുമ്പോഴേക്കും വിശപ്പ് വയറ്റിൽ പിന്നെയും കലാപമുയർത്തുകയായി. പിന്നെ കിണറ്റിൻ കരയിലേക്കൊരോട്ടമാണ്. വയറു നിറയെ വെള്ളം കുടിക്കാൻ

ഓരോ പീര്യേഡ് കഴിയുമ്പോഴും ഉണ്ണൂണ്ണി കിണറ്റിൻ കരയിലേക്കോടി. വയറു കത്തിക്കാളുകയാണ്. വെള്ളം കുടിച്ചെങ്കിലും നിറയ്ക്കേണ്ടേ.

ഉണ്ണൂണ്ണിയുടെ ഊണിന്റെ കാര്യം സ്കൂളിലെ കുട്ടികളൊക്കെ തമ്മിൽത്തമ്മിൽ പറഞ്ഞ് ചിരിച്ചു. അധ്യാപകരുടെ ചെവിയിലും ആ വിശേഷങ്ങളെത്തി. പക്ഷേ, ആരും അവന്റെ മുഖത്ത് നോക്കി പരിഹസിക്കാൻ ധൈര്യപ്പെട്ടില്ല. പഴയ വിഗ്രഹത്തിന്റെ കഥകളൊക്കെ കേട്ടിരുന്നതുകൊണ്ട് അവൻ ചില്ലറക്കാരനല്ലെന്നുള്ള തോന്നൽ എല്ലാവർക്കുമുണ്ടായിരുന്നു.

വൈകുന്നേരം സ്കൂൾ വിട്ട് കിനാവൂരങ്ങാടിയിൽ ബസിറങ്ങുന്നത് വിശപ്പുകൊണ്ട് കുടലുകരിഞ്ഞ വയറുമായാണ്. നടക്കുന്ന വഴിക്ക് കിനാവൂർ പുഴ മുഴുവൻ കുടിച്ചു വറ്റിക്കണമെന്ന് തോന്നും. വഴിയിൽ കാണുന്ന തെങ്ങിൻ തലപ്പുകളിലേക്ക് ആർത്തിയോടെ നോക്കും.

“ആരെങ്കിലും നാലെളനീര് ഇട്ടു തന്നിരുന്നെങ്കിൽ.”

തളർന്നവശനായാണ് വീട്ടിലെത്തുക. പടികയറുമ്പോൾത്തന്നെ നീട്ടിയൊരു വിളിയാണ്:

“അമ്മേ വെശക്ക്ണു.”

രാവിലെ കൊടുത്തയച്ച അത്രതന്നെ ചോറ് അമ്മ വിളമ്പി വെച്ചിട്ടുണ്ടാവും. അതു മുഴുവൻ അകത്താക്കിക്കഴിഞ്ഞാലേ നിവർന്നു നിൽക്കാനുള്ള ശക്തിയുണ്ടാകൂ.

അതു പോലൊരൂണ് രാത്രിയിലും.

പലപ്പോഴും ഉണ്ണൂണ്ണി ഉണ്ടു കഴിഞ്ഞാൽ വേറെ അരി തിളപ്പിച്ചിട്ടു വേണം ബാക്കിയുള്ളോർക്ക് ഊണു കഴിക്കാൻ.

സ്കൂളില്ലാത്ത ദിവസങ്ങളിലെ കഥ പറയുകയും വേണ്ട. ഇടയ്ക്കിടയ്ക്ക് കേൾക്കാം ഉണ്ണൂണ്ണിയുടെ കരച്ചിൽ.

“അമ്മേ വെശക്ക്ണൂ.... അമ്മേ വെശക്ക്ണൂന്ന്.”

പല പല രാത്രികളിൽ ഉറക്കം വരാതെ അച്ഛനുമമ്മയും തല

പുകഞ്ഞാലോചിച്ചു. എന്താണിപ്പൊ ഇതിന്റെയൊക്കെ അർഥം. കുട്ടിക്ക് സുഖക്കേടിന്റെ ലക്ഷണങ്ങളൊന്നുമില്ല. തീറ്റയുടെ കാര്യത്തിലൊഴിച്ചു മറ്റൊന്നിലും ഒരു വ്യത്യാസവുമില്ല.

അവർ രഹസ്യമായി വീട്ടിൽ ജ്യോത്സ്യനെ വരുത്തി. കള്ളി വരച്ച് കവിടി നിരത്തി ജ്യോത്സ്യൻ പറഞ്ഞു:

"ശനിയുടെ അപഹാരമാണ്. മൂന്നു മാസോം പന്ത്രണ്ട് ദിവസോം കഴിയണം. ഒക്കെ ശര്യാവും. ഭയാശങ്ക വേണ്ട."

കവിടി പെറുക്കി സഞ്ചിയിലിട്ട് കെട്ടി കക്ഷത്തിൽ വെച്ച് ജ്യോത്സ്യൻ പടികടന്നു പോയി.

അമ്മയുടെയും അച്ഛന്റെയും ഭയം കുറഞ്ഞില്ല. അനുദിനം കൂടിക്കൊണ്ടുവന്നതല്ലാതെ ഉണ്ണൂണ്ണിയുടെ വിശപ്പിനുമുണ്ടായില്ല ഒരു കുറവും.

'ഉണ്ണൂണ്ണിയുടെ ഊണുപോലെ' എന്നൊരു ചൊല്ലും കിനാവൂരിൽ പാട്ടായി.

വിശപ്പിനൊപ്പം ഉണ്ണൂണ്ണിയുടെ ദേഹവും വളരാൻ തുടങ്ങിയത് പെട്ടെന്നാണ്. കാണെക്കാണെ ഉണ്ണൂണ്ണി വളരാൻ തുടങ്ങി. ഇന്നലെ കണ്ട ഉണ്ണൂണ്ണിയെയല്ല ഇന്ന് കാണുന്നതെന്നതുപോലെ.

അത്ഭുതകരമായ വേഗതയിലായിരുന്നു ആ വളർച്ച. പനി മാറി രണ്ടു മൂന്നു മാസത്തിനകം ഉണ്ണൂണ്ണി ഏതാണ്ട് അച്ഛനോളം പൊക്കം വെച്ചു. അതിനൊത്ത വണ്ണവും വീർത്ത കുമ്പയും വന്നു. ആ വളർച്ച അവിടെയും നിന്നില്ല.

നടന്നു പോവുന്ന വഴിക്കൊക്കെ നാട്ടുകാരുടെ നോട്ടം ഉണ്ണൂണ്ണിയിലായി. അവരുടെ കണ്ണിലുണ്ണിയായിരുന്ന ഉണ്ണൂണ്ണി പെട്ടെന്നവർക്കൊക്കെ ഒരത്ഭുത വസ്തുവായി. ആരും അവനോട് ചിരിച്ചില്ല. നാട്ടുകാരൊക്കെ അവനെക്കാണുമ്പോൾ ആദരവോടെ വഴി മാറിക്കൊടുത്തു.

കിനാവൂരമ്പലത്തിലെ ഗണപതിയുടെ ലീലാവിലാസമാണ് വളർച്ചയ്ക്ക് പിന്നിലെന്ന് നാട്ടുകാരിൽ ചിലർ ഊഹാപോഹം പറഞ്ഞു. കേട്ടവരിൽ പലരും അത് വിശ്വസിച്ചു.

ഭയമോ ഭക്തിയോ എന്തോ ഒന്ന് നാട്ടുകാരെ ഉണ്ണൂണ്ണിയിൽനിന്ന് അകറ്റി.

ബസിലെ കണ്ടക്ടർ അവനോട് കാശു വാങ്ങാതായി. എന്തോ ആ കാശ് തനിക്ക് വേണ്ടെന്ന മട്ടിലായിരുന്നു അയാളുടെ പെരുമാറ്റം. പല തവണ അതാവർത്തിച്ചപ്പോൾ ഉണ്ണൂണ്ണിക്ക് വലിയ

മാനക്കേട് തോന്നി. അതിലും ഭേദം ബസിൽ കയറാതിരിക്കുക തന്നെ.

അതിൽപ്പിന്നെ ഉണ്ണൂണ്ണി സ്കൂളിലേക്ക് നടത്തമായി.

വയലും പറമ്പും ഇടവഴികളും പിന്നിട്ട് സ്കൂളിലേക്ക് നടന്നുപോവുന്ന വഴിക്കൊക്കെ ഉണ്ണൂണ്ണി ഒരു കാഴ്ചവസ്തുവായി. വലിയ ശരീരവും വീർത്ത കുമ്പയും താങ്ങി നടന്നുപോവുന്ന ഉണ്ണൂണ്ണിയെ കാണാൻ ആളുകൾ കാത്തുനിന്നു.

എല്ലാം അറിയുന്നുണ്ടായിരുന്നു ഉണ്ണൂണ്ണി. ദിവസേന തന്നിൽ സംഭവിച്ചുകൊണ്ടിരിക്കുന്ന മാറ്റവും അവൻ മനസിലാക്കിയിരുന്നു. എന്തോ അതിൽ അസാധാരണമായി ഒന്നുമില്ലെന്ന് അവന്റെ മനസ്സ് ആശ്വസിക്കാൻ ശ്രമിച്ചു. എല്ലാവരും വളർന്നു. പക്ഷേ താൻ കുറച്ച് കൂടുതൽ വളരുന്നു. അത്രയല്ലേയുള്ളൂ.

എന്നാലും നാട്ടുകാരുടെ ആ വല്ലാത്ത നോട്ടം ഉണ്ണൂണ്ണിയുടെ മനസിനെ തളർത്തി.

പിന്നെപ്പിന്നെ തലയും താഴ്ത്തിയായി ഉണ്ണൂണ്ണിയുടെ നടത്തം. ആരുടെയും മുഖത്ത് നോക്കില്ല. തന്നെയാരെങ്കിലും നോക്കുന്നുണ്ടെന്ന് അറിഞ്ഞതായേ ഭാവിക്കില്ല. എന്തായാലും നോക്കുന്നവരുടെ കണ്ണുകൾ അടച്ചുപൂട്ടാൻ പറ്റില്ലല്ലോ.

പക്ഷേ വീട്ടുപടികളിൽ അമ്മമാരുടെ കൈയും പിടിച്ച് തന്നെക്കാണാൻ വന്നുനിൽക്കുന്ന കൊച്ചുകുട്ടികളെ കാണുമ്പോൾ ഉണ്ണൂണ്ണി ചിരിക്കാറുണ്ട്; അവരോട് മാത്രം. തിരിച്ചൊരു പുഞ്ചിരി അവരിൽനിന്ന് മാത്രമേ കിട്ടാറുള്ളൂ.

പതുക്കെപ്പതുക്കെ നടന്നുപോവാറുള്ള വഴിക്കുള്ള വീടുകളിലെ കൊച്ചുകുട്ടികൾക്കൊക്കെ അവൻ ഉണ്ണൂണ്ണിമാമനായി.

പോവുന്ന വഴിക്ക് അവിടന്നുമിവിടന്നുമൊക്കെ ഒരു നൂറു വിളികേൾക്കാം.

“ഉണ്ണൂണ്ണി മാമാ.... ഉണ്ണൂണ്ണി മാമാ.....”

കുട്ടികളുടെ ഉണ്ണൂണ്ണി മാമനെ അമ്മമാർക്കും ഇഷ്ടമായിത്തുടങ്ങി. വാശിപിടിച്ച് കരയുന്ന കുട്ടികളോട് ‘ഉണ്ണൂണ്ണി മാമനെ കാണിച്ചു തരാംട്ടോ’ന്ന് പറഞ്ഞാൽ മതി. കരച്ചിലപ്പൊ നിൽക്കും. പടിക്കൽ തന്നെ കാത്തുനിൽക്കുന്ന കുട്ടികളോട് കിന്നാരം പറയാനും അവരെ കൈകളിലെടുത്ത് ആകാശത്തേക്കുയർത്താനും ഉണ്ണൂണ്ണിക്കിഷ്ടമായിരുന്നു.

കുട്ടികളുടെ കൈയിൽ അവന് കൊടുക്കാൻ ചിലപ്പോൾ

പഴമോ തേങ്ങാപ്പൂളോ ഒക്കെയുണ്ടാവും. ഒന്നും ഉണ്ണൂണ്ണി വാങ്ങാറില്ല. വിശപ്പുകൊണ്ട് കുടൽ കത്തിയെരിഞ്ഞാലും അവിടന്നുമിവിടന്നുമൊക്കെ വല്ലതും വാങ്ങിച്ചുകഴിക്കുന്നത് ഉണ്ണൂണ്ണിക്ക് ഇഷ്ടമായിരുന്നില്ല.

കിനാവൂരിൽനിന്ന് എത്ര വേഗത്തിൽ നടന്നാലും ഉണ്ണൂണ്ണി സ്കൂളിലെത്തുമ്പോഴേക്കും നേരം കുറെയാവും. പക്ഷേ ആരും അവനെ ക്ലാസിനു പുറത്തു നിർത്താറില്ല.

ക്ലാസിലെ വാതിലിനേക്കാൾ പൊക്കമുള്ള ഉണ്ണൂണ്ണി കൂന്നു കുനിഞ്ഞാണ് അകത്തു കടക്കുക.

അവന്റെ സ്ഥാനം പിൻബഞ്ചിലായി. ആറുപേരിരിക്കുന്ന ബഞ്ചിൽ ഉണ്ണൂണ്ണിയിരുന്നാൽ പിന്നെ കഷ്ടിച്ചൊരു മൂന്നു പേർക്കുള്ള സ്ഥലമേ ബാക്കിയുണ്ടാകൂ. എന്നാലും അവന്റെ കൂടെ ആ ബഞ്ചിലിരിക്കാൻ ആരും തയാറായില്ല. പിൻ ബഞ്ചിൽ എപ്പോഴും ഉണ്ണൂണ്ണി തനിച്ചായിരുന്നു.

ഉണ്ണൂണ്ണി എല്ലാ പാഠങ്ങളും കൃത്യമായി പഠിച്ച് ക്ലാസിൽ വന്നു. പക്ഷേ ഒരധ്യാപകനും അവനോട് ചോദ്യങ്ങൾ ചോദിച്ചില്ല. പിൻബഞ്ചിൽ അങ്ങനെയൊരാളുണ്ടെന്ന ഭാവംപോലും അവർ മുഖത്ത് കാണിച്ചില്ല.

സ്കൂളിൽ എല്ലാവരിൽനിന്നും ഉണ്ണൂണ്ണി ഒറ്റപ്പെട്ടു. ആരും അവനോട് കൂട്ടുകൂടിയില്ല. ആരും ചിരിച്ചില്ല. വല്ലതും ചോദിക്കാനുണ്ടെങ്കിൽ അധ്യാപകർ പോലും അത് ഒന്നോ രണ്ടോ വാക്കുകളിലൊതുക്കി.

കൂടെ പഠിക്കുന്നവരെങ്കിലും അൽപ്പം ദയ കാണിക്കുമെന്ന് ഉണ്ണൂണ്ണി പ്രതീക്ഷിച്ചിരുന്നു. പക്ഷേ അവർക്കും മറ്റുള്ളവരോടൊപ്പം കൂട്ടുകൂടി ദൂരെനിന്ന് അവനെ നോക്കി അടക്കം പറയാനായിരുന്നു ഉത്സാഹം.

വീടും, വഴിയിൽ കാത്തിരിക്കാറുള്ള കുരുന്നു കിടാങ്ങളും മാത്രമായി ഉണ്ണൂണ്ണിയുടെ ആശ്വാസം.

എല്ലാ സങ്കടങ്ങളും ഉള്ളിലൊതുക്കി ഉണ്ണൂണ്ണി പിന്നെയും സ്കൂളിലേക്ക് പോയി.

അവൻ പഠിക്കാനാഗ്രഹിച്ചു.

പതിനൊന്ന്

വേനലവധിക്കാലം വന്നു. കൊച്ചമ്മിണിയെയും കൂട്ടി കുറുപ്പുമാഷും ഭാര്യയും നാട്ടിലേക്ക് പോയി. അതോടെ ഉണ്ണൂണ്ണി മിക്കവാറും ഒറ്റപ്പെട്ടു. വിശപ്പിനോ വളർച്ചയ്ക്കോ ഒരു കുറവുമുണ്ടായില്ല. അവധിക്കാലം ഒരു മാസമായപ്പോഴേക്കും ഉണ്ണൂണ്ണി ഏതാണ്ട് ഒന്നര ആൾ പൊക്കമെത്തിയിരുന്നു. ഒത്ത രണ്ടാളുടെ വണ്ണവും കുട്ടിയാനക്കുമ്പയും. പെട്ടെന്നാ രൂപം കണ്ടാൽ അറിയാത്ത ആരും ബോധംകെട്ട് വീണുപോവും.

പക്ഷേ ഉണ്ണൂണ്ണിയുടെ മനസിലെ കുട്ടിത്തം വിട്ടുമാറിയിരുന്നില്ല. കണ്ണുകളിലെ കൗതുകവും മുഖത്തെ നിഷ്കളങ്കതയും അതുപോലുണ്ടായിരുന്നു. അവനോടിപ്പാഞ്ഞു കളിക്കാനാഗ്രഹിച്ചു. പക്ഷേ മനസു ചെല്ലുന്നേടത്ത് മെയ്യെത്തുന്നില്ല.

ഉണ്ണൂണ്ണിക്കൊപ്പം വീടിന്റെ മേൽക്കൂരയ്ക്ക് വളരാൻ വയ്യല്ലോ. അത് വേറെയും തടസങ്ങളുണ്ടാക്കി.

ആദ്യമൊക്കെ കുനിഞ്ഞു കുനിഞ്ഞാണെങ്കിലും ഉണ്ണൂണ്ണിക്ക് വീട്ടിനകത്തുകൂടെ നടക്കാമായിരുന്നു. വണ്ണം പിന്നെയും കൂടിയപ്പോൾ വീതി കുറഞ്ഞ ഉമ്മറ വാതിലിലൂടെ അകത്തേക്ക് കയറാനും വയ്യെന്നായി. ഉമ്മറത്തും തൊടിയിലുമായി അവന്റെ രാത്രികളും പകലുകളും ഉണ്ണൂണ്ണി കഴിച്ചുകൂട്ടി. തൊടിയിലിറങ്ങിയാലും സൂക്ഷിച്ചില്ലെങ്കിൽ മരക്കൊമ്പുകളിൽ തലയിടിക്കും.

ഉമ്മറത്ത് തൊട്ടു തൊട്ടു വിരിച്ച പുൽപ്പായകളിൽ ഉണ്ണൂണ്ണി ഇരുന്നു, ഉണ്ടു, ഉറങ്ങി.

എല്ലാം കുട്ടിയുടെ വിധിയെന്നോർത്ത് അച്ഛനുമമ്മയും ആശ്വസിക്കാൻ ശ്രമിച്ചു. ദൈവംപോലും അവനെ കൈയൊഴിഞ്ഞിരിക്കുന്നു. പിന്നെ സ്വന്തം കർമങ്ങൾ അനുഭവിച്ചു തീർക്കുകയല്ലാതെ വേറെന്തു വഴിയാണ്?

എങ്കിലുമൊരു ചടങ്ങുപോലെ കണ്ടും കേട്ടുമുള്ള അമ്പലങ്ങളിലെല്ലാം അവൻ വഴിപാടുകളും നേർച്ചകളും നടത്തി.

ഒരുനാൾ വീട്ടിൽ നാലഞ്ചു പണിക്കാർ വന്നു. അവർ പടിഞ്ഞാറേ പറമ്പിലെ കുറച്ചു സ്ഥലം കൊത്തി നിരപ്പാക്കി മണ്ണിട്ടുയർത്തി. നാലു മൂലയ്ക്കും കാലു നാട്ടി. എഴുകയും കഴുക്കോലും കെട്ടി. ഓലയും പുല്ലും മേഞ്ഞ് ഒരു പുര കെട്ടി. സ്കൂളിലെ ഓലഷെഡു പോലൊരു വലിയ പുര. അതിനു വലിയൊരു ആനവാതിലുമുണ്ടാക്കി.

പെണ്ണുങ്ങൾ നിലംതല്ലിയെടുത്ത് തറ തല്ലിയുറപ്പിച്ച് കരിയും ചാണകവും കൂട്ടി മെഴുകി മിനുക്കി.

നാലഞ്ചുദിവസംകൊണ്ട് ഉണ്ണൂണ്ണിക്ക് സ്വന്തമായൊരു പുരയായി. സമയാസമയങ്ങളിൽ അമ്മയും കാഞ്ചനവല്ലിയും അവന്റെ ഊണും ചായയും ആ പുരയ്ക്കകത്തെത്തിച്ചു. എങ്കിലും ഉണ്ണുകയും ഉറങ്ങുകയും ചെയ്യുന്ന സമയമൊഴിച്ചാൽ മിക്കപ്പോഴും ഉണ്ണൂണ്ണി തൊടിയിലും മുറ്റത്തും തന്നെയായിരുന്നു.

ഉണ്ണൂണ്ണി കിളികളുടെ പാട്ടുകൾക്ക് കാതോർത്തു. അവയുടെ ചിറകടികൾ കണ്ട് കൗതുകം പൂണ്ടു. തൊടിയിലെ കൊച്ചു മരങ്ങളുടെ എത്താച്ചില്ലകളിൽനിന്ന് പൂവും പഴവും പറിച്ചു രസിച്ചു.

ഇരുണ്ട രാത്രികളിൽ മുറ്റത്തിറങ്ങി മാനംനോക്കി മണിക്കൂറുകൾ ചെലവഴിച്ചു. ആകാശത്തെ പരകോടി നക്ഷത്രങ്ങളിലേതെങ്കിലുമൊന്ന് അടർന്നു വീഴാൻ കാത്തിരിക്കുന്നതുപോലെ.

ആധിയൊഴിയാത്ത മനസുമായി അച്ഛൻ ജീവിച്ചു. ആലോചിക്കുന്തോറും അച്ഛന്റെ കണ്ണുകളിലിരുട്ടു കയറി.

പണ്ടത്തേതിലും അഞ്ചാറിരട്ടി ചോറു വെയ്ക്കണം. അതെന്നും വേണം. അതിനുവേണ്ട കൂട്ടാനും ഉപ്പേരിയുമൊരുക്കാൻ ചെലവുണ്ട്. വരുമാനത്തിന് വേറെ വഴിയില്ല. തോട്ടപ്പിരിവെന്ന് പറയാൻ മാത്രം ഒന്നുമില്ല. കട്ടും കവർന്നും ശീലവുമില്ല. എല്ലാം എവിടെയെത്തിച്ചേരുമെന്നോർക്കുമ്പോൾ ഭ്രാന്തു പിടിക്കുന്നു.

കൊയ്ത്തും മെതിയുമുള്ള വീടാണ്. പക്ഷേ ഇന്ന് പത്തായം കാലിയാണ്. ആണ്ടോടാണ്ട് തിന്നാലും നെല്ല് ബാക്കിയായിരുന്നു പണ്ട്. ഇന്ന് അരി വാങ്ങിയിട്ടുവേണം. പലചരക്കും പച്ചക്കറികളും വാങ്ങുന്ന കടകളിൽ പറ്റ് പിടിച്ചാൽ കിട്ടാത്തെടത്തെത്തിയിരിക്കുകയാണ്.

ഒരുനാൾ മടിച്ചുമടിച്ചാണെങ്കിലും പലചരക്കുകടക്കാരൻ

അയമ്മുട്ടിഹാജി പറ്റുകണക്ക് കാണിച്ചുകൊടുത്ത് അച്ഛനോട് പറഞ്ഞു:

"ങ്ങളായതോണ്ടാണ് ത്രേം കാലം ഞമ്മള് ചോയ്ക്കാണ്ടിരുന്നത്. ഇതെന്തെങ്കിലൊന്നാക്കണം. ഇല്ലെങ്കി ഞമ്മളെ കാര്യം വെള്ളത്തിലാവും."

ആ കണക്കിലൊന്ന് കണ്ണോടിച്ച് ഒരക്ഷരം മിണ്ടാതെ മുറിവേറ്റ മനസുമായി കിനാവൂരങ്ങാടിയിൽനിന്ന് അച്ഛൻ വീട്ടിലേക്ക് നടന്നു.

അന്നുരാത്രി അച്ഛനൊറ്റ വറ്റ് കഴിച്ചില്ല. ഒരു പോള കണ്ണടച്ചില്ല.

പിറ്റേന്ന് പിച്ചളകെട്ടിയ മരപ്പെട്ടിയിൽനിന്ന് ആധാരക്കെട്ടെടുത്ത് അച്ഛൻ രാവിലെ പടിയിറങ്ങിപ്പോയി. സന്ധ്യയായപ്പോഴാണ് തിരിച്ചെത്തിയത്.

കടലാസിൽ പൊതിഞ്ഞ വലിയൊരു കെട്ട് നോട്ട് അമ്മയുടെ കൈയിലേൽപ്പിച്ച് അച്ഛൻ പറഞ്ഞു:

"അയമ്മൂട്ടിന്റെ കണക്കു തീർത്തു. ത്രയും ബാക്കിണ്ട്. കൊണ്ടോയി സൂക്ഷിച്ചോ. എണ്ണണംന്ന്ല്ല്യ."

മിഴിച്ചുനിന്ന് അമ്മ പറഞ്ഞു:

"എനിക്കൊന്നും മനസിലാവ്ണ്ല്ല്യല്ലോ ഭഗവാനേ."

"പാടം വിറ്റു" അതും പറഞ്ഞു ചാരുകസേരയിൽ അച്ഛൻ കണ്ണടച്ച് കിടന്നു. നിറഞ്ഞ കണ്ണുകളുമായി അമ്മ അകത്തേക്കും പോയി.

രാത്രി ഉറങ്ങാതെ കണ്ണുമിഴിച്ചു കിടക്കുന്ന അച്ഛനോട് അമ്മ ചോദിച്ചു?

"ആ പണോം തീർന്നിട്ടോ."

അച്ഛന് മറുപടി ഇല്ലായിരുന്നു.

അവധിക്കാലം കഴിഞ്ഞ് സ്കൂൾ തുറന്നു. ഉണ്ണൂണ്ണി ഒമ്പതാം ക്ലാസിലേക്ക് ജയിച്ചിരുന്നു.

പുസ്തകങ്ങളും ചോറ്റു സഞ്ചിയുമെടുത്ത് അവൻ സ്കൂളിലേക്ക് നടന്നു.

വിവരം മണത്തറിഞ്ഞ് വഴിയരികിലെ വീട്ടുപടികളിലേക്ക് ആളുകൾ ഓടിയെത്തി. ഉണ്ണൂണ്ണിക്ക് വന്ന മാറ്റം കണ്ട് അവർ വാപൊളിച്ച് സ്തംഭിച്ച് നിന്നു. അവരുടെ ഒക്കത്തിരുന്ന് കുരുന്നു

കുട്ടികൾ കൈയടിച്ചാർത്തു.

"ഉണ്ണൂണ്ണി മാമൻ.... ഉണ്ണൂണ്ണി മാമൻ."

സ്കൂളെത്തുംവരെ അവിടന്നുമിവിടന്നുമായി ആ വിളികൾ പിന്നെയും കേട്ടു. കുട്ടികളോടെല്ലാം അവൻ സൗഹൃദം പുതുക്കി. ഇഴഞ്ഞു നീങ്ങിയ അവധിക്കാലം കഴിഞ്ഞുപോയതിനാൽ ഉണ്ണൂണ്ണിക്കാശ്വാസം തോന്നി.

തുറക്കുന്ന ദിവസമായതുകൊണ്ട് ഉണ്ണൂണ്ണി നേരത്തേ പുറപ്പെട്ടിരുന്നു. ബെല്ലടിച്ചിരുന്നില്ല. സ്കൂളിന്റെ വരാന്തയിൽ കുട്ടികൾ കലപിലാന്ന് വർത്തമാനം പറഞ്ഞുകൊണ്ട് നിന്നു.

സ്കൂളിന്റെ പടികൾ ഉണ്ണൂണ്ണി ഒന്നൊന്നായി കയറി. വരാന്തയിൽ കൂട്ടം കൂടിനിന്ന് കുട്ടികൾ ആ വരവ് നോക്കി രസിച്ചു. അവരിൽ പലരും എട്ടാം ക്ലാസിൽ പുതുതായിച്ചേർന്നവരായിരുന്നു. കാണുന്നത് സത്യമോ മിഥ്യയോ എന്നുപോലും അവർക്ക് തിരിച്ചറിയാനായില്ല. ഏതോ മുത്തശ്ശിക്കഥകളിൽനിന്ന് വഴിതെറ്റി വന്ന ഒരു ഭീമാകാരൻ തങ്ങളെക്കാണാനെത്തുന്നുവെന്നാണവർക്കു തോന്നിയത്.

അവർ ഉണ്ണൂണ്ണിയെ പൊതിഞ്ഞു. അവനു ചുറ്റും ഒരു കനത്ത വലയമായി നിന്നു.

അതിനിടയിൽ ബെല്ലടിച്ചു. ആരുമത് കേട്ടില്ല.

എന്താണ് സംഭവിക്കുന്നതെന്നറിയാൻ പുറത്തു വന്നതായിരുന്നു ഹെഡ്മാസ്റ്ററും മറ്റധ്യാപകരും. അവരും വിസ്മയജനകമായ ആ കാഴ്ച കണ്ടു.

ഒരു വടവൃക്ഷംപോലെ ഉണ്ണൂണ്ണി നിൽക്കുന്നു. അവനു ചുറ്റുംകൂടി നിൽക്കുകയാണ് കുട്ടികളെല്ലാം.

സ്കൂളടയ്ക്കുന്നതിനു മുമ്പത്തെ ഉണ്ണൂണ്ണിയെ ആരും മറന്നിരുന്നില്ല. പക്ഷേ അവിശ്വസനീയമായ ഈ മാറ്റം. ശരീരത്തിന്റെ ഈ വളർച്ച....! ഹെഡ്മാസ്റ്റർക്ക് സത്യത്തിൽ പേടിയാണ് തോന്നിയത്.

"എല്ലാവരും ക്ലാസിൽ പോകണം" അദ്ദേഹം കൽപ്പിച്ചു. നിമിഷങ്ങൾക്കുള്ളിൽ ഉണ്ണൂണ്ണിക്കു ചുറ്റും കുട്ടികൾ സൃഷ്ടിച്ച മതിൽക്കെട്ട് അപ്രത്യക്ഷമായി. അവൻ നടന്നടുത്തു.

"ഉണ്ണൂണ്ണി ഇങ്ങോട്ട് കയറണ്ട."

ഹെഡ്മാസ്റ്റർ വിളിച്ചു പറഞ്ഞു.

ഉണ്ണൂണ്ണിക്കൊന്നും മനസിലായില്ല. അവനമ്പരന്ന് പടിക്കൽത്തന്നെ നിന്നു.

മറ്റധ്യാപകരും ആ രംഗം നോക്കി നിൽക്കുകയായിരുന്നു. അവർ ഹെഡ്മാസ്റ്ററുമായി സംസാരത്തിലേർപ്പെട്ടു. ഏറെ നേരം ആ ചർച്ച നീണ്ടു.

ഹെഡ്മാസ്റ്റർ പടികളിറങ്ങി താഴോട്ട് ചെന്നു. ഉണ്ണൂണ്ണിയിൽനിന്നും ഒരു പത്തടിയകലെ അദ്ദേഹം നിന്നു. ഏതോ അന്യഗോളത്തിൽനിന്നു വന്ന ജീവിയെപ്പോലെ ഒന്നു രണ്ടു നിമിഷം അദ്ദേഹം അവനെ നോക്കിനിന്നു.

പിന്നെ ധൈര്യം സംഭരിച്ച് പറഞ്ഞു:

"ഉണ്ണൂണ്ണി ഇനി സ്കൂളിൽ വരണ്ട. ഉണ്ണൂണ്ണിയെ പഠിപ്പിക്കാൻ മാഷമ്മാർക്കാർക്കും പറ്റില്ലത്രെ."

ഉണ്ണൂണ്ണിയുടെ കണ്ണുകൾ നിറഞ്ഞു. അവൻ കെഞ്ചി:

"സാർ. എനിക്ക് പഠിക്കണം."

അതൊരു വല്ലാത്ത പ്രതിസന്ധിയായിരുന്നു ഹെഡ്മാസ്റ്റർക്ക്.

"ഉണ്ണൂണ്ണീ. നിന്റെ സ്ഥിതി ഇപ്പൊ നിനക്കറിയില്ല. ഇപ്പൊത്തന്നെ കണ്ടില്ലേ. നിന്നെ ഇവിടെ നിർത്തിയാൽ ഈ ആയിരത്തോളം കുട്ടികളുടെ രക്ഷിതാക്കളോട് ഞാൻ സമാധാനം പറയേണ്ടി വരുമല്ലോ. അതുകൊണ്ട് ഞാനപേക്ഷിക്ക്യാണ്. ഉണ്ണൂണ്ണി ഇനി സ്കൂളിൽ വരരുത്."

കേൾക്കാനാകാത്തത് കേട്ട് കുനിഞ്ഞ ശിരസ്സോടെ ഉണ്ണൂണ്ണി പതുക്കെ തിരിഞ്ഞു നടന്നു. അവൻ പടിക്കൽത്തന്നെ നിന്നു. പുസ്തകങ്ങളും ചോറ്റു സഞ്ചിയും അപ്പോഴും കൈകളിലുണ്ടായിരുന്നു.

അധ്യാപകർ ഓരോരുത്തരായി അവരവരുടെ ക്ലാസുകളിലേക്ക് പോയി. അവസാനം ഒന്നുകൂടി പടിക്കലേക്ക് നോക്കി ഹെഡ്മാസ്റ്റർ ഓഫീസ് മുറിയിലേക്കും നടന്നു.

ഉണ്ണൂണ്ണി ആ നിൽപ്പുതന്നെ നിന്നു. കാലുകൾ തളർന്നപ്പോൾ സിമന്റു പടവിലിരുന്നു.

ഓരോ നിമിഷത്തിലും ഉണ്ണൂണ്ണി പ്രതീക്ഷിച്ചു. ഹെഡ്മാസ്റ്റർ വരും തന്നെ തിരിച്ചുവിളിക്കാൻ.

കൊഴിഞ്ഞുവീണത് മണിക്കൂറുകളാണ്. പീര്യേഡുകൾ മാറുമ്പോൾ പുറത്തു വരുന്നവരുടെ കൂട്ടത്തിൽ കൂടെ പഠിച്ച പല

രെയും ഉണ്ണൂണ്ണി കണ്ടു. ആരും അവനെ കണ്ട ഭാവം പോലും നടിച്ചില്ല.

അവസാനം ഉച്ചയ്ക്കുള്ള ബെല്ലുമടിച്ചു. കുട്ടികളെല്ലാം പുറത്തുവന്നു. അവരിൽ അധികംപേരും അവരവരുടെ വീടുകളിൽ പോയി ഉണ്ടു വരുന്നവരായിരുന്നു.

അവരാരും വരാന്തയിൽനിന്ന് താഴോട്ടിറങ്ങിയില്ല. ആരും ഉണ്ണൂണ്ണിയുടെ അടുത്തു പോകരുതെന്ന് അധ്യാപകരുടെ കർശനമായ താക്കീതുണ്ടായിരുന്നു.

അതുകൂടിയായപ്പോൾ ഉണ്ണൂണ്ണിക്ക് സഹിക്കാനായില്ല.

സ്വന്തം വിധിയിൽ അവൻ പരിതപിച്ചു. ഒരിക്കൽ സകലരുടെയും കണ്ണിലുണ്ണി. ഇന്നിതാ താൻ വെറുക്കപ്പെടുന്നു. അവന്റെ കണ്ണുകൾ കുടുകുടാ നിറഞ്ഞൊഴുകി.

ഉണ്ണൂണ്ണി പതുക്കെ എഴുന്നേറ്റു. പുസ്തകങ്ങളും ചോറ്റുസ

ഞ്ചിയും കൈയിലെടുത്തു. ആ കെട്ടിടത്തെയും വരാന്തയിൽനിന്ന് ഉറ്റുനോക്കിക്കൊണ്ട് നിൽക്കുന്ന നൂറു നൂറു കണ്ണുകളെയും ഒരിക്കൽക്കൂടി നോക്കി. പിന്നെ കിനാവൂരിലേക്കുള്ള വഴിയേ തിരിഞ്ഞു നടന്നു.

തേങ്ങിത്തേങ്ങിക്കരയുകയായിരുന്നു ഉണ്ണൂണ്ണി. സങ്കടം സഹിക്കാതാവുമ്പോൾ അവനൊന്നിരിക്കും. കണ്ണീരൊപ്പി പിന്നെയും നടക്കും.

കിനാവൂരിലേക്കുള്ള വഴിയുലടനീളം ഉണ്ണൂണ്ണിയുടെ കണ്ണീ രിറ്റു വീണു.

വീട്ടുപടികളിൽനിന്ന് അവന്റെ കൊച്ചു കൂട്ടുകാർ ചോദിച്ചു:

"ഉണ്ണൂണ്ണി മാമനെന്തിനാ കരയ്ണ്?"

"മാമനോട് സ്കൂളിലേക്ക് ഇനി വരണ്ടാന്ന് പറഞ്ഞു."

"അപ്പൊ ഇനി വരൂലേ?"

"ഇല്ല്യ."

അതുകേട്ട് കുട്ടികളും കരഞ്ഞു തുടങ്ങി. കുട്ടികളുടെ സങ്കടം കണ്ട് അമ്മമാരുടെയും കണ്ണുകൾ നിറഞ്ഞു.

നട്ടുച്ചവെയിലത്ത് നടന്നു തളർന്നെത്തിയ ഉണ്ണൂണ്ണിയെക്കണ്ട് വീട്ടുകാരമ്പരന്നു.

പടിഞ്ഞാറേ കണ്ടത്തിലെ അവന്റെ പുരയിലേക്ക് അച്ഛനുമ മ്മയും ചെന്നു.

ഉണ്ണൂണ്ണി പായിൽകിടന്ന് തേങ്ങുകയാണ്. ചോറ്റുപാത്രം ഒഴി ഞ്ഞിട്ടില്ല. ഒന്നും കഴിച്ചിട്ടില്ലെന്നർഥം.

"എന്തേന്റെ കുട്ടിക്ക് പറ്റീത്?" അവന്റെ മുഖം തഴുകി അമ്മ ചോദിച്ചു.

തേങ്ങലിനിടയിൽ എങ്ങനെയൊക്കെയോ ഉണ്ണൂണ്ണി കാര്യം പറഞ്ഞൊപ്പിച്ചു.

അവരാശ്വസിപ്പിക്കാൻ ശ്രമിച്ചു. ആ ശ്രമം പക്ഷേ വിഫല മായി.

ഉച്ചയ്ക്ക് പട്ടിണിയായിരുന്നു; വൈകുന്നേരവും. രാത്രി കൊണ്ടുവെച്ച ചോറും അതുപോലെ ബാക്കിയായപ്പോൾ അമ്മയ്ക്ക് പരിഭ്രമമായി.

"ഈശ്വരാ ന്റെ കുട്ടി വെശന്ന് പൊരിയൂലോ."

അച്ഛൻ എന്ത് ചെയ്യേണ്ടൂ എന്നായി! അവസാനം കുറുപ്പു

മാഷോട് ചെന്ന് കാര്യം പറഞ്ഞു. മാഷും കുടുംബവും നാട്ടിൽനിന്ന് അന്ന് വന്നതേയുണ്ടായിരുന്നുള്ളൂ.

രാത്രി കുറുപ്പുമാഷും അച്ഛനും അരികിലെത്തിയപ്പോൾ ഉണ്ണൂണ്ണി തളർന്നു മയങ്ങുകയായിരുന്നു.

"ഉണ്ണൂണ്ണ്യേ, ഉണ്ണൂണ്ണ്യേ" മാഷ് അവനെ തട്ടി വിളിച്ചു.

മാഷെക്കണ്ട് ഉണ്ണൂണ്ണി എഴുന്നേറ്റിരുന്നു.

"എന്തേ ഒന്നും കഴിക്കാഞ്ഞത്?" മാഷ് ചോദിച്ചു.

"നിക്ക് വേണ്ട."

"അതെന്താ പട്ടിണി കിടന്ന് ചാവാനാ ഭാവം?"

ഉണ്ണൂണ്ണി ഒന്നും മിണ്ടിയില്ല. വീണ്ടുമൊരു തേങ്ങലിനു വട്ടം കൂട്ടുന്നതിനിടയിൽ വിക്കി വിക്കി പറഞ്ഞു: "ന്നോട് സ്കൂളി ലേക്ക് വരണ്ടാന്ന് പറഞ്ഞു."

ഉണ്ണൂണ്ണി തേങ്ങി. "നിയ്ക്ക് പഠിക്കണം."

"ഉണ്ണൂണ്ണ്യേ, ഞാനും മാഷാ. ഇനി മുതല് ഉണ്ണൂണ്ണ്യേ ഞാൻ പഠിപ്പിക്കാം. സ്കൂളിലൊന്നും പോണ്ട. ഇതുതന്നെ നമ്മുടെ സ്കൂള്. ന്താ?"

ഉണ്ണൂണ്ണിക്ക് വിശ്വസിക്കാനായില്ല.

മാഷ് ചിരിക്കുന്നതവൻ കണ്ടു. അവന്റെ മനസ്സ് നിറഞ്ഞു.

"ഇനി ഉണ്ണൂണ്ണി ചോറുണ്ണ്. അതു കഴിഞ്ഞിട്ടേ ഞാൻ പോകു ന്നുള്ളൂ."

ഉണ്ണൂണ്ണി അനുസരിച്ചു. അവന്റെ വയറും അച്ഛനമ്മമാരുടെ മനസുകളും ഒരുപോലെ നിറഞ്ഞു.

മാഷ് പോകാനിറങ്ങിയപ്പോൾ നിറകണ്ണുകളോടെ അമ്മ പറ ഞ്ഞു:

"മാഷ് ന്റെ കുട്ടീന്റെ ജീവൻ രക്ഷിച്ചു. ഒരിക്കലും മറക്കില്ല്യാ ട്....."

മാഷ് ഒന്നു ചിരിച്ചതേയുള്ളൂ.

പന്ത്രണ്ട്

നേരം പുലർന്നാൽ എങ്ങനെയെങ്കിലും വൈകുന്നേരമായിക്കിട്ടണമെന്ന ഒരേയൊരു വിചാരമേയുള്ളൂ ഉണ്ണൂണ്ണിക്കിപ്പോൾ. ഒച്ചിന്റെ വേഗതയിൽ നീങ്ങുന്ന നിമിഷങ്ങളെ പഴിച്ചുകൊണ്ടാണവന്റെ ദിവസമാരംഭിക്കുന്നതുതന്നെ. ഇടയ്ക്കിടെ ആകാംക്ഷയോടെ പുറത്തേക്ക് നോട്ടമാണ്.

വെയിലാറി വരുന്നുണ്ടോ എന്ന്.

വൈകുന്നേരം സ്കൂൾ വിട്ടുവന്നാൽ കുറുപ്പുമാഷ് നേരേ ഉണ്ണൂണ്ണിയുടെ അടുത്തേക്കാണെത്തുക. എന്നും ഒന്നു രണ്ടു മണിക്കൂറു നേരം മാഷ് ഉണ്ണൂണ്ണിയെ പഠിപ്പിക്കും. ആ ക്ലാസുകൾ പാഠപുസ്തകത്താളുകളിൽ ഒതുങ്ങുന്നവയായിരുന്നില്ല. നൂറു നൂറു തടിയൻ പുസ്തകങ്ങൾ വായിച്ച് നല്ല അറിവുണ്ടായിരുന്നു കുറുപ്പു മാഷക്ക്. ആ അറിവ് കുറേശ്ശെ ഉണ്ണൂണ്ണിക്ക് പകർന്നു കൊടുക്കുന്നതിൽ മാഷക്ക് വലിയ സംതൃപ്തി തോന്നി. സ്കൂളിൽ പഠിപ്പിക്കുമ്പോഴൊന്നും കിട്ടാത്ത ഒരു സംതൃപ്തി.

അതിരുകൾക്കപ്പുറത്തെ ഭൂഖണ്ഡങ്ങളെക്കുറിച്ചും അവിടെ വസിക്കുന്ന മനുഷ്യരെക്കുറിച്ചും പ്രകൃതിയിലെ ജീവജാലങ്ങളെക്കുറിച്ചും ആകാശത്തെയും ആഴിയിലെയും അത്ഭുതങ്ങളെക്കുറിച്ചുമൊക്കെ മാഷ് പരിസരം മറന്ന് അവന് പറഞ്ഞുകൊടു

ത്തു.

ഉണ്ണൂണ്ണിയുടെ മനസ്സ് വളരുകയായിരുന്നു. ഒരു പക്ഷിയായി പുനർജനിച്ച് ചിറകടിച്ച് പറന്നുപറന്ന് അറിവിന്റെ അനന്തചക്രവാളങ്ങളെ പുൽകാൻ അവൻ മോഹിച്ചു.

കവിതയെഴുതുമായിരുന്നു മാഷ്. എഴുതുക മാത്രമല്ല അവ ഈണത്തിൽ ചൊല്ലുകയും ചെയ്യും. പുതിയതെന്തെങ്കിലുമെഴുതിയാൽ അതാദ്യം ഉണ്ണൂണ്ണിയെ കേൾപ്പിക്കും. പകൽ ഒറ്റയ്ക്കാവുമ്പോൾ അവ ഈണത്തിൽ ചൊല്ലി ഉണ്ണൂണ്ണി ഹൃദിസ്ഥമാക്കും.

മാഷ് ഉണ്ണൂണ്ണിക്ക് നിരവധി പുസ്തകങ്ങൾ കൊണ്ടുകൊടുത്തു. നാനാവിഷയങ്ങളെക്കുറിച്ച് മലയാളത്തിലും ഇംഗ്ലീഷിലുമുള്ള പുസ്തകങ്ങൾ. എല്ലാം ഉണ്ണൂണ്ണി ആർത്തിയോടെ വായിച്ചു തീർത്തു. പുസ്തകങ്ങളെത്ര കിട്ടിയാലും ഉണ്ണൂണ്ണിക്ക് മതിയാവില്ല. അവന്റെ സ്വപ്നങ്ങളിൽപോലും നിറയെ പുസ്തകങ്ങളായിരുന്നു.

സ്കൂളിൽ പോക്ക് നിർത്തിയതിനുശേഷം ഇടയ്ക്കിടയ്ക്ക് ഉണ്ണൂണ്ണിയെ കാണാൻ ഓരോരുത്തരെത്തുമായിരുന്നു. ആ വലിയ ശരീരത്തെക്കുറിച്ച് കേട്ടറിഞ്ഞ് കാണാൻ കൊതിച്ച് വരുന്നവർ. ആദ്യമൊക്കെ സന്ദർശകരോട് ഉണ്ണൂണ്ണിക്ക് ദേഷ്യമായിരുന്നു. ആരെങ്കിലും വന്നാൽ അവനുടനെ പുരക്കകത്തു കയറി വാതിലടച്ച് വല്ലതും വായിച്ചുകൊണ്ടിരിക്കും. പിന്നെപ്പിന്നെ ദേഷ്യം മാറി. കാണാൻ കൊതിച്ച് വരുന്നവരെ അങ്ങനെ നിരാശപ്പെടുത്തേണ്ടെന്നവന് തോന്നി. അതോടെ സന്ദർശകരുടെ എണ്ണവും കൂടി വന്നു. കിനാവൂരിൽ ചന്തയുള്ള ദിവസങ്ങളിൽ വീട്ടിലേക്ക് ആളുകളുടെ വരവ് നിലയ്ക്കാറില്ല.

സ്കൂളവധിയുള്ള ദിവസങ്ങളിൽ കൊച്ചമ്മിണി ഉണ്ണൂണ്ണിയുടെ അരികിൽനിന്ന് വിട്ടുമാറില്ല. നേരം വെളുത്താൽ 'ഉണ്ണൂണ്ണിമാമാ'ന്നും വിളിച്ചു കൊണ്ടവളോടിയെത്തും, കഥ കേൾക്കാൻ. ഉണ്ണൂണ്ണിയുടെ കൈയിൽ അതിനൊട്ടും പഞ്ഞവുമില്ലല്ലോ. അത്രയേറെ പുസ്തകങ്ങളല്ലേ വായിച്ചു കൂട്ടുന്നത്!

ചില ദിവസങ്ങളിൽ ഉച്ചമയങ്ങിയാൽ ഉണ്ണൂണ്ണി കൊച്ചമ്മി

ണിയെയും കൂട്ടി പുഴക്കടവിലേക്ക് നടക്കും.

തുള്ളിച്ചാടി മുന്നിലോടുന്ന കൊച്ചമ്മിണിയുടെ ഒപ്പമെത്താൻ ഉണ്ണൂണ്ണിക്ക് കഴിയില്ല. വലിയ ശരീരവും വീർത്ത കുമ്പയും താങ്ങിയുള്ള ആ നടത്തം അത്ര എളുപ്പമല്ല. കൊച്ചമ്മിണിക്ക് അവന്റെ അരയോളം പോലും ഉയരമില്ല. മിക്കപ്പോഴും അവന്റെ തോളത്തിരുന്നാണ് അവളുടെ യാത്ര.

ആ പോക്ക് പുഴയോരങ്ങളിലെ വീട്ടുകാർക്ക് കൗതുകമായി. ആ വീടുകളിലെ കുട്ടികൾക്ക് കൊച്ചമ്മിണിയോടസൂയ തോന്നി. പോകുന്ന വഴിക്കൊക്കെ അവർ ഉണ്ണൂണ്ണിയെ കൈമാടി വിളിച്ചു.

"ഉണ്ണൂണ്ണിമാമാ, ഞങ്ങളേം കൊണ്ടോവ്വോ?" പക്ഷേ അമ്മമാർ സമ്മതിച്ചില്ല.

പുഴയുടെ ആഴവും വീതിയും കുറഞ്ഞ ഇടങ്ങളിൽ കൈകാലിട്ടടിപ്പിച്ച് കൊച്ചമ്മിണിയെ ഉണ്ണൂണ്ണി നീന്താൻ പഠിപ്പിച്ചു. അവളെ പുറത്തിരുത്തി അക്കരെയിക്കരെ മുറിച്ചു നീന്തി. ചിലപ്പോൾ ഇപ്പൊ വരാമെന്ന് പറഞ്ഞ് ഒറ്റ മുങ്ങു മുങ്ങും. അവൾ ഒന്നുതൊട്ടെണ്ണിയെണ്ണി നൂറും ഇരുനൂറുമെത്തിയാലും പൊങ്ങിവരില്ല. പേടിച്ച് കരയാൻ തുടങ്ങുമ്പോഴായിരിക്കും വെള്ളത്തിനു വെളിയിൽ ഉണ്ണൂണ്ണിയുടെ തല പ്രത്യക്ഷപ്പെടുന്നത്.

അവളെ സമാധാനിപ്പിക്കാൻ വേണ്ടി ഉണ്ണൂണ്ണി പറയും:

"വെള്ളത്തിനടിയിലെ കണ്ണാടിമാളികയോളം പോയതാണ്."

അവരുടെ കുളി കഴിയുമ്പോഴേക്കും കടവിൽ കാഴ്ചക്കാരുണ്ടാവും. അവർക്കിടയിലൂടെ കൊച്ചമ്മിണിയെയും തോളത്തിരുത്തി ഉണ്ണൂണ്ണി വീട്ടിലേക്ക് തിരിച്ചു നടക്കും. പോവുന്ന വഴിക്കും കേൾക്കാം 'ഉണ്ണൂണ്ണി മാമാ... ഉണ്ണൂണ്ണി മാമാ' എന്ന് വിളികൾ.

പിന്നെപ്പിന്നെ അമ്മമാരുടെ പേടി മാറി. പുഴക്കടവിലേക്ക് ഉണ്ണൂണ്ണിയുടേയും കൊച്ചമ്മിണിയുടേയും പോക്കുകണ്ട് കുട്ടികൾ വാശിപിടിച്ച് കരയുമ്പോൾ അവർക്കും സമ്മതിക്കേണ്ടി വന്നു. അതോടെ ഉണ്ണൂണ്ണിയുടെ കൂട്ടുകാരുടെ എണ്ണവും കൂടി.

ഉണ്ണൂണ്ണിയുടെ തോളത്തുകയറി യാത്ര ചെയ്യാനാണ് എല്ലാ

വർക്കും ഉത്സാഹം. ചിലപ്പോൾ ഇരുതോളിലും കൂടി അഞ്ചാറു പേരുണ്ടാവും സവാരിക്ക്. ഊഴംകാത്ത് മുന്നിലും പിന്നിലും കുറെപ്പേർ വേറെയും കാണും.

പാട്ടും പാടിക്കൊണ്ടാണാ യാത്ര. ഉണ്ണൂണ്ണി ഈണത്തിൽ ചൊല്ലും. കൂട്ടുകാർ ഉറക്കെ ചൊല്ലും.

ചിലപ്പോൾ പുഴക്കരയിലെ മണൽപ്പരപ്പിലിരുന്ന് ഉണ്ണൂണ്ണി അവർക്ക് കഥകൾ പറഞ്ഞുകൊടുക്കും. പറഞ്ഞാലും പറഞ്ഞാലും തീരാത്തത്ര കഥകൾ ഉണ്ണൂണ്ണി സ്വായത്തമാക്കിയിരുന്നു.

കുളികഴിഞ്ഞ് പാട്ടുംപാടി തോളത്തും നിലത്തുമായി ഉണ്ണൂണ്ണിയും സൈന്യവും മടങ്ങിവരുമ്പോൾ അമ്മമാർ പടിക്കൽ കാത്തിരിപ്പുണ്ടാകും. എല്ലാവരെയും അവരവരുടെ വീടുകളിലെത്തിച്ചു കഴിഞ്ഞാൽ അവസാനം ഉണ്ണൂണ്ണിയും കൊച്ചമ്മിണിയും മാത്രം ബാക്കിയാവും.

കിനാവൂരിലെ കുട്ടികൾക്ക് ഉണ്ണൂണ്ണി, ഉണ്ണൂണ്ണിമാമനായി മാറി. പാട്ടുകളുടെയും കഥകളുടെയും ഒഴിയാത്ത ഭാണ്ഡവുമായി ഒഴിവുദിവസങ്ങളിൽ വീട്ടുപടിക്കൽ തങ്ങളെ തേടിയെത്തുന്ന ഉണ്ണൂണ്ണിമാമൻ.

വാശിപിടിച്ചു കരയുന്നോരുടെ ശീലം നന്നാക്കാൻ അകലെയുള്ള അമ്പിളിമാമനേക്കാൾ ഉണ്ണൂണ്ണിമാമനാണ് എളുപ്പമെന്ന് അമ്മമാർക്കും മനസിലായി.

എന്നും ഒഴിവു ദിവസങ്ങളായിരുന്നെങ്കിൽ എന്ന് കിനാവൂരിലെ ഓരോ കുട്ടിയും മോഹിച്ചു.

വിശേഷ വാർത്തകളുടെ ഉറവകൾ ഒരിക്കലും വറ്റാത്ത കിനാവൂരിൽ ഉണ്ണൂണ്ണി എന്ന പ്രതിഭാസം പുഴയുടെ സ്വച്ഛന്ദ പ്രവാഹംപോലെ ഒരു സ്വാഭാവിക യാഥാർഥ്യമായി. കിനാവൂരിന്റെ അതിരുകൾക്കപ്പുറത്തേക്കും പതുക്കെപ്പതുക്കെ ആ പേര് പടർന്നുചെന്നു. കാതോടു.കാതും ചുണ്ടോടു ചുണ്ടും കൈമാറിക്കൈമാറി കേട്ടവർ കേട്ടവർ കണ്ടുതന്നെ അറിയാൻ നാടും നഗരവും താണ്ടി കിനാവൂരിലെത്തി. പാട്ടുപാടാനറിയുന്നവർ നീട്ടിനീട്ടിയെഴുതി അച്ചടിച്ച് നാലാളു കൂടുന്നേടത്തെല്ലാം

ചെന്ന് കിങ്ങിണിയും കുലുക്കി കിനാവൂരിലെ മഹാത്ഭുതത്തെപ്പറ്റി ഉറക്കെപ്പാടി.

കിനാവൂരിലേക്കുള്ള ബസുകളിൽ യാത്രക്കാരുടെ എണ്ണം കൂടി വന്നു.

ദൂരദിക്കുകളിൽനിന്ന് വിശന്നും വലഞ്ഞും വരുന്നവർക്ക് ആശ്വാസമേകാൻ ചായയും ബീഡിയും മുറുക്കാനും വിൽക്കുന്ന കടകൾ കൂണുപോലെ മുളച്ചു പൊന്തി.

അങ്ങനെ കിനാവൂർ പതുക്കെ വളർന്നു.

പതിമൂന്ന്

ജീവിതമാകെ ഇരുൾ മൂടിയതുപോലെ തോന്നി ഉണ്ണൂണ്ണിയുടെ അച്ഛന്. ആ പാടം അദ്ദേഹത്തിന് സർവസ്വവുമായിരുന്നു.

നൂറുമേനി വിളഞ്ഞിരുന്ന കണ്ടം. ആ കണ്ടം കണ്ണാണെന്ന് കതിരു കാണുന്നവരൊക്കെ പറയുമായിരുന്നു.

നാളും പക്കവും നോക്കി വിത്തുപാകി മൂപ്പെത്തുമ്പോൾ പറിച്ച് മുടിയാക്കി കണ്ടം നെടുഞ്ചാലും കുറിഞ്ചാലും കരിയോടിച്ച് ഊർന്നു വലിച്ച് നട്ടുകഴിഞ്ഞാൽ പിന്നെ കൊയ്യാൻ കാലത്ത് ചെന്നുനോക്കുന്ന ഉടമക്കാരുടെ കൂട്ടത്തിൽപ്പെട്ട ആളായിരുന്നില്ല ഉണ്ണൂണ്ണിയുടെ അച്ഛൻ. വെയിലെന്നോ മഴയെന്നോ നോക്കാതെ എന്നുമദ്ദേഹം പാടത്തെത്തും. കണ്ടത്തിൽ വെള്ളമില്ലെങ്കിൽ ചിറകെട്ടി കൂട്ടാനും വെള്ളമേറിയാൽ ചിറമുറിച്ചൊഴുക്കാനും അദ്ദേഹത്തിനുത്സാഹമായിരുന്നു. കള പറിക്കലും വളം ചേർക്കലും ചാഴിയും പുഴുവും വീശലും ഉണ്ണൂണ്ണിയുടെ അച്ഛനെപ്പോലെ വേറെയാരും ചെയ്യിക്കാറുണ്ടായിരുന്നില്ല.

അന്നൊക്കെ ജീവിതത്തിനൊരർഥമുണ്ടായിരുന്നു. കൊയ്ത്തും മെതിയുമുള്ള കൂട്ടരെന്നു പറഞ്ഞാൽത്തന്നെ, നാട്ടിലൊരന്തസുണ്ടായിരുന്നു.

എല്ലാം പോയി. അന്യാധീനപ്പെട്ടു.

ഉണ്ണൂണ്ണിയുടെ അച്ഛൻ മിക്കപ്പോഴും വീട്ടിനുള്ളിൽത്തന്നെ

കഴിച്ചുകൂട്ടി. അത്യാവശ്യത്തിനുമാത്രം പുറത്തിറങ്ങി. പകലന്തിയോളം ഉണ്ണൂണ്ണിയെ കാണാനെത്തുന്ന ആളുകളിൽനിന്നും കഴിയുന്നതുമദ്ദേഹം ഒഴിഞ്ഞുമാറിനിന്നു.

ഒക്കെ എവിടെ എത്തിച്ചേരുമെന്നോർക്കുമ്പോൾ മനസിനൊരു സ്വൈര്യവുമില്ല. ഉണ്ണൂണ്ണിക്കെന്നും ഊണുകൊടുക്കുകയെന്നു പറഞ്ഞാൽ ചില്ലറച്ചെലവൊന്നുമല്ല. പാടം വിറ്റിട്ട് മാസങ്ങൾ പലതു കഴിഞ്ഞിരിക്കുന്നു. ആ പണം തീരാൻ ഇനി അധികകാലം വേണ്ട. പറമ്പിലെ തേങ്ങ വിറ്റാൽ കിട്ടുന്നത് ചിലവാനം വാങ്ങാൻപോലും തികയില്ല.

ചെലവുകൾ ദിവസേന കൂടിവരികയാണ്. കാഞ്ചനവല്ലിയുടെ കല്യാണം ഇനിയധികം നീട്ടിക്കൂടാ. പുരനിറഞ്ഞു നിൽക്കുന്ന പെണ്ണ് പുരയ്ക്കുമേൽ ചാഞ്ഞ തെങ്ങുപോലെയാണെന്നാണ് ചൊല്ല്.

ഒരു വഴിയും തെളിഞ്ഞു കാണുന്നില്ല. എങ്ങും ഇരുട്ടുമാത്രമേയുള്ളൂ.

ഇടയ്ക്കിടെ ഉണ്ണൂണ്ണിയുടെ അമ്മ നെഞ്ചത്ത് കൈവച്ച് ഉള്ളുരുകി പ്രാർഥിക്കും.

"ങ്ങനെ ആധിപിടിച്ച് നടന്നാല് വല്ല സൂക്കടും വരൂലോ ന്റീശ്വരാ."

കണ്ടും കേട്ടും എല്ലാം ഉണ്ണൂണ്ണിയുമറിയുന്നുണ്ടായിരുന്നു. അച്ഛനുമമ്മയ്ക്കും താനിപ്പോളൊരു ഭാരമാണ്. ശാപവും. അവന്റെ അകം നീറിപ്പുകഞ്ഞു. ഇടയ്ക്കിടെ പുരയ്ക്കകത്തു കയറി വാതിലടച്ച് ആലോചിച്ചാലോചിച്ച് ഉണ്ണൂണ്ണി തല പുണ്ണാക്കി.

'എന്താണൊരു വഴി?'

ഒരു വഴിയും മനസിൽ തെളിഞ്ഞില്ല. കിനാവൂരിലെ തന്റെ കൊച്ചു സൈന്യം മാത്രമായി ഉണ്ണൂണ്ണിയുടെ ആശ്വാസം. ഒഴിവു ദിവസങ്ങൾ ഉണ്ണൂണ്ണി അവർക്കായുഴിഞ്ഞു വെച്ചു. കിനാവൂർ പുഴയുടെ തീരങ്ങളിൽ അവരുമായി പാട്ടുകളും കഥകളും കൈമാറി മനസിന്റെ ഭാരം കുറച്ചു.

എങ്കിലും ഇടയ്ക്കിടയ്ക്ക് ചിന്തകളിലേക്ക് വഴുതി വീഴുന്ന മനസ്സ് മുഖംവല്ലാതെ വ്യാകുലമാകുമ്പോൾ ചങ്ങാതിമാർ ചുറ്റും വന്ന് ചോദിക്കും.

"ഉണ്ണൂണ്ണി മാമനെന്താ ആലോചിക്കണേ?"

ഒരിക്കൽ അവൻ പറഞ്ഞു:

"ഉണ്ണൂണ്ണിമാമൻ എവ്ടെക്കെങ്കിലും പോയാലോന്നാലോയ്ക്ക്യാ."

ചങ്ങാതിമാരോടിവന്ന് കഴുത്തിലും കൈയിലും കെട്ടിപ്പിടിച്ച് കൂട്ടക്കരച്ചിലായി:

"വേണ്ട വേണ്ട. ഉണ്ണൂണ്ണിമാമൻ പോണ്ട."

അന്ന് തിരിച്ചുപോരുമ്പോൾ ഓരോ പടിക്കലുംനിന്ന് കൂട്ടുകാർ ചോദിച്ചു:

"ഉണ്ണൂണ്ണിമാമൻ പോവ്വോ?"

'ഇല്ല്യ' എന്ന് ആണയിട്ടു പറഞ്ഞിട്ടേ അവർ പോവാൻ കൂട്ടാക്കിയുള്ളൂ.

ഒരുദിവസം രാവിലെ ഉണ്ണൂണ്ണി വെറുതെ ഹൈസ്കൂളിലേക്കുള്ള വഴിയേ നടന്നു. അതിലേ പോയിട്ട് കാലം കുറെയായിരിക്കുന്നു. എന്നാലും ഒന്നിനും ഒരു മാറ്റവുമില്ല.

ആ വഴി അങ്ങോട്ടുമിങ്ങോട്ടും എത്രകാലം താണ്ടിയതാണ്.

പോകുന്ന വഴിക്കൊക്കെ ഓരോ വീട്ടുപടിക്കലും നിന്ന് ലോഹ്യം പറയാൻ എത്ര കൂട്ടുകാരായിരുന്നു. സ്കൂളിൽനിന്ന് പുറത്താക്കിയ അന്ന് കണ്ണീരൊലിപ്പിച്ച് തിരിച്ചു നടന്നതാണ്. ഇനി വരില്ലെന്ന് അവരോടൊക്കെ അവസാനയാത്ര പറഞ്ഞതാണ്.

വീണ്ടും എല്ലാവരേയും കാണാൻ മോഹം തോന്നുന്നു.

ആ വഴിയേ അന്ന് ഉണ്ണൂണ്ണി വരുമെന്ന് ആരും പ്രതീക്ഷിച്ചിരുന്നില്ല. അതുകൊണ്ട് കാണാൻ കണ്ണുംനട്ട് ആരും കാത്തിരിപ്പുണ്ടായിരുന്നില്ല.

പരിചയമുള്ള വീട്ടുപടിക്കൽ നിന്നെല്ലാം ഉണ്ണൂണ്ണി വിളിച്ചു പറഞ്ഞു:

"ഉണ്ണൂണ്ണി മാമൻ വന്നു."

അതുകേൾക്കേണ്ട താമസം. വീട്ടിനകത്തുനിന്ന് കൂട്ടുകാർ കുതിച്ചുപാഞ്ഞെത്തി. അവർക്കു പിറകെ അവരുടെ അമ്മമാരും.

"ഉണ്ണൂണ്ണി മാമാ.... ഉണ്ണൂണ്ണി മാമാ. എവിട്യായിരുന്നുത്രയും കാലം? ഞങ്ങളെയൊക്കെ മറന്നില്ല്യേ. ഉണ്ണൂണ്ണി മാമനോട് മിണ്ടില്ല്യ."

പക്ഷേ പിടിച്ചുയർത്തി തോളത്തും തലയിലുമിരുത്തി കൈകളിൽ ആകാശത്തേക്കുയർത്തി, എത്താക്കൊമ്പുകളിൽ കൈയെത്തിപ്പിടിച്ച് പൂക്കളും ഇലകളും പറിച്ചുകൊടുത്തപ്പോൾ അവരുടെ പരിഭവമെല്ലാം മാറി. അവരോടെല്ലാം കിന്നാരം പറഞ്ഞ് സൗഹൃദം പുതുക്കി ഇനിയും വരാമെന്ന് വാക്കുകൊടുത്ത് ഉണ്ണൂണ്ണി പിന്നെയും നടന്നു.

ഓലമേഞ്ഞ ചെറിയൊരു കുടിലുണ്ടാവഴിക്ക്. അവിടെയുമുണ്ട് ഉണ്ണൂണ്ണിക്കൊരു ചങ്ങാതി. എപ്പോഴും മൂക്കൊലിപ്പിച്ച് ഉണ്ണൂണ്ണിമാമനെയും കാത്തിരിക്കാറുള്ള ഒരു സുന്ദരിക്കുട്ടി.

വീട്ടുപടിക്കൽനിന്നും ഉണ്ണൂണ്ണി വിളിച്ചു പറഞ്ഞു:

"ഉണ്ണൂണ്ണിമാമൻ വന്നു."

രണ്ടോ മൂന്നോ തവണ വിളിച്ചിട്ടും ആരും ഓടി വന്നില്ല.

വഴി മറഞ്ഞു വളർന്നുനിൽക്കുന്ന മരങ്ങൾക്കിടയിലൂടെ ഉണ്ണൂണ്ണി ശ്രദ്ധിച്ചു നോക്കി. കുടിലിന്റെ ഉമ്മറത്ത് ആരൊക്കെയോ ഇരിക്കുന്നുണ്ട്.

ഉണ്ണൂണ്ണി അങ്ങോട്ട് നടന്നു. വഴിവക്കിലോ വീട്ടുപടികളിലോ വെച്ച് കണ്ടുമറന്ന നാലഞ്ചു മുഖങ്ങൾ. പക്ഷേ എല്ലാ മുഖങ്ങ

ളിലും തളംകെട്ടി നിൽക്കുന്നത് ദുഃഖവും ദുഃശ്ശങ്കയുമാണ്. ഉണ്ണൂണ്ണിയെ കണ്ടിട്ടും ആരുടെയും മുഖത്ത് ഒരു ഭാവഭേദവുമുണ്ടായില്ല.

കുടിലിന്റെ ഉമ്മറത്ത് കൈകളിൽ തലതാങ്ങി ഒരാളിരിക്കുന്നുണ്ടായിരുന്നു. അവന്റെ ചങ്ങാതിയുടെ അമ്മ. അവരുടെ കൺപോളകൾ നനഞ്ഞു കുതിർന്നിരുന്നു.

“എവിടെ എന്റെ ചങ്ങാതി?”

ഉണ്ണൂണ്ണി ചോദിച്ചു.

അമ്മ തലയുയർത്തി ഉണ്ണൂണ്ണിയെ നോക്കി. പിന്നെ ഒരു തേങ്ങലോടെ പറഞ്ഞു:

“ന്റെ കുട്ടി കണ്ണ് മിഴിക്ക്ണില്ല്യ ഉണ്ണൂണ്ണ്യേ.”

“എവിടെ? എനിക്കൊന്നു കാണണം” ഉണ്ണൂണ്ണി പറഞ്ഞു.

അതൊരു കൊച്ചു കുടിലായിരുന്നു. അതിന്റെ മുളവാതിലി

ലൂടെ ഉണ്ണൂണ്ണിക്ക് അകത്തുകടക്കാൻ പറ്റുമായിരുന്നില്ല. അവൻ പുറത്തു തന്നെ നിന്നു.

ആരോ അകത്തുപോയി പായിൽ താങ്ങിയെടുത്ത് ഉണ്ണൂണ്ണിയുടെ ചങ്ങാതിയെ ഉമ്മറത്ത് കൊണ്ടുവന്നു കിടത്തി.

അവളുടെ കണ്ണുകൾ അടഞ്ഞു കിടക്കുകയായിരുന്നു. ആ ദേഹം ആകെ മെലിഞ്ഞു പോയിരുന്നു. അവൾ ശ്വസിക്കുമ്പോൾ തൊണ്ടയിൽ നിന്ന് കുറുകുറാ ശബ്ദമുയർന്നിരുന്നു. ഉണ്ണൂണ്ണിക്ക് സങ്കടം സഹിക്കാനായില്ല.

മുട്ടുകുത്തിയിരുന്ന് കുനിഞ്ഞ് അവളുടെ തലയിൽ മെല്ലെ ത്തഴുകി വലത്തെ ചെവിയിൽ ഉണ്ണൂണ്ണി മന്ത്രിച്ചു.

"ഉണ്ണൂണ്ണി മാമൻ വന്നു."

അനക്കമുണ്ടായില്ല. ഉണ്ണൂണ്ണി ഇരു ചെവിയിലും മാറിമാറി പിന്നെയും മന്ത്രിച്ചു:

"ഉണ്ണൂണ്ണി മാമൻ വന്നു."

പതുക്കെ ആ കണ്ണുകൾ പാതി തുറന്നു. അവളുണ്ണൂണ്ണി മാമനെ കണ്ടു. കണ്ണു നിറയെ. ആ ചുണ്ടുകളിലേക്ക് ഒരു വിളർത്ത ചിരി മെല്ലെ മെല്ലെ തിരിച്ചു വന്നു.

കണ്ടുനിന്ന കണ്ണുകളെല്ലാം നിറഞ്ഞൊഴുകുകയായിരുന്നു. തളർന്ന സ്വരത്തിൽ അവൾ വിളിച്ചു:

"ഉണ്ണൂണ്ണി മാമാ."

ഉണ്ണൂണ്ണി പതുക്കെ അവളെ എടുത്തുയർത്തി. നെഞ്ചോടു ചേർത്തുപിടിച്ചു. ആ ദേഹത്തിലെ പൊള്ളുന്ന ചൂട് ഉണ്ണൂണ്ണിയുടെ നെഞ്ച് ഏറ്റുവാങ്ങി. അവന്റെ തോളത്ത് അവൾ തല ചായ്ച്ചു കിടന്നു.

അവളെയുമെടുത്ത് ഉണ്ണൂണ്ണി പടിക്കലോളം നടന്നു. പിന്നെ തിരിച്ചു വന്ന് മുറ്റത്തുനിന്നു.

മുറ്റത്തിനതിരിൽ മൂപ്പെത്തിയ നേന്ത്രക്കുലയുടെ കുടപ്പനിൽ ഒരു അണ്ണാറക്കണ്ണൻ തേൻ കുടിക്കുന്നുണ്ടായിരുന്നു. അവരെ ക്കണ്ട് അത് 'ച്ലിം, ച്ലിം' എന്ന് ചിലച്ചു കൊണ്ടോടി മറഞ്ഞു.

ചങ്ങാതി ചിരിച്ചു. ഉണ്ണൂണ്ണിയുടെ കഴുത്തിൽ കൈ ചുറ്റി തളർന്ന സ്വരത്തിൽ അവൾ പറഞ്ഞു:

"ആ കുല പഴുപ്പിച്ചിട്ട് ഉണ്ണൂണ്ണി മാമന് തരാം ട്ടോ."

"ഉം" ഉണ്ണൂണ്ണി പതുക്കെ മൂളി.

പിന്നിൽ നിൽക്കുന്ന അമ്മയുടെ കൈകളിലേക്ക് അവളെ കൈമാറി ഉണ്ണൂണ്ണി പറഞ്ഞു.

"ഉണ്ണൂണ്ണി മാമൻ പോണു. മാമന്റെ ചങ്ങാതിമാര് കാത്തിരിക്ക്ണ്ണ്ട്."

"പിന്നെ വരോ?"

"വരാം."

ഉച്ചയായിത്തുടങ്ങിയിരുന്നു. വിശപ്പ് കത്തിക്കാളുകയാണെന്ന് തോന്നി. ഉണ്ണൂണ്ണി വീട്ടിലേക്ക് നടന്നു.

ഒരാഴ്ച കഴിഞ്ഞ് ഒരു ദിവസമുണർന്നപ്പോൾ അവരെല്ലാം മുറ്റത്ത് കാത്തുനിൽക്കുന്നതാണ് ഉണ്ണൂണ്ണി കണ്ടത്.

അവന്റെ ചങ്ങാതി. അവളുടെ അമ്മ, അച്ഛൻ, പിന്നെയും കുറച്ചുപേർ.

ഒരു കുല നേന്ത്രപ്പഴം മുന്നിൽ കൊണ്ടുവെച്ച് തൊഴുത് അവളുടെ അച്ഛൻ പറഞ്ഞു:

"ഇത് ഇവിടെ ഇരുന്നോട്ടെ."

"എന്തിനാദ്?"

"ന്റെ മോളുടെ നേർച്ച്യാ. മരുന്നും മന്ത്രോം ഏൽക്കാതെ കെടക്കായിരുന്നു ഓള്. ഒന്ന് തൊട്ടപ്പം മാറീലേ ഒക്കെ. ഇത് വേണ്ടാന്ന് പറയരുത്."

അമ്മയുടെ ഒക്കത്തിരുന്ന് ചങ്ങാതി പറഞ്ഞു:

"ഉണ്ണൂണ്ണി മാമന് കൊണ്ടോന്നതാ. നല്ലോണം പഴുത്തിട്ട്ണ്ട്."

ഉണ്ണൂണ്ണി എന്തു ചെയ്യണമെന്നറിയാതെ പകച്ചുനിന്നു. ചങ്ങാതി ഇഷ്ടപ്പെട്ടു തരുന്ന സമ്മാനമാണ്. വാങ്ങാതിരുന്നാൽ അവൾക്ക് സങ്കടമാവും. പക്ഷേ വാങ്ങിയാൽ....

അവസാനം അവൻ പറഞ്ഞു:

"അച്ഛനോട് ചോയ്ച്ച് നോക്കൂ."

ഉണ്ടായ കാര്യങ്ങളെല്ലാം അവർ അച്ഛനോട് പറഞ്ഞു. ആ പഴക്കുല സ്വീകരിക്കണമെന്ന് കെഞ്ചി. അത് സ്വീകരിക്കാഞ്ഞാൽ മകൾക്ക് ഇനിയും സുഖക്കേട് വരുമെന്നവർ പേടിച്ചു.

കുറെക്കഴിഞ്ഞ് അച്ഛൻ വിളിച്ചു:

"ഉണ്ണൂണ്ണ്യേ."

"ന്താ അച്ഛാ?"

"അതവിടെ ഇരുന്നോട്ടെ."

പതിനാല്

'**അ**മ്മി പറക്കും ക്നാവൂരെ'ന്ന് പഴമക്കാർ പറയാറുണ്ട്. ഇന്നേടത്ത് ഇന്നാരുടെ വീട്ടിൽ ഒരമ്മി കാറ്റത്ത് പറന്നുപോയി എന്ന് വല്ലവരും പറഞ്ഞാൽ കിനാവൂരുകാര് അത് വിശ്വസിക്കും. പൊടിപ്പും തൊങ്ങലും വെച്ച് ചെവിയോടു ചെവി പറഞ്ഞു പരത്തുകയും ചെയ്യും.

ഉണ്ണൂണ്ണിക്ക് അത്ഭുത സിദ്ധികളുണ്ടെന്ന് കിനാവൂരിൽ ശ്രുതി പരന്നത് പെട്ടെന്നാണ്. ശ്രുതികൾ ചിറകുമുളച്ച് കിനാവൂരിന്റെ അതിരുകൾക്കപ്പുറത്തേക്കും പറന്നു ചെന്നു.

"വെറുതെ പറയ്യൊന്നല്ല" ആളുകൾ പറഞ്ഞു.

"വല്ല്യേ സ്കൂളിന്റടുത്തൊരു വീട്ട്ലേ, തീ പോലെ പനിച്ച് തുള്ള്ണൊരു പൈതല്. പിള്ളവാതത്തിന്റെ ലക്ഷണാന്നേ വൈദ്യന്മാര് പറഞ്ഞത്. മരുന്നും മന്ത്രോക്കെ തോറ്റു. അപ്പഴല്ലേ ദൈവം അയച്ചപോലെ ഉണ്ണൂണ്ണി വന്നത്. ചെവുട്ട്ല് മൂന്നു പ്രാവശ്യം ന്തോ മന്ത്രിച്ചൂത്രേ. മൂന്നീസം ഓർമല്യാണ്ടെ കെടന്ന കുട്ടി പ്ടീന്ന് ചാടിയെഴ്ന്നേറ്റ്ലേ!"

ആരും അവിശ്വസിച്ചില്ല. നിജസ്ഥിതിയറിയാൻ അന്വേഷിച്ചുപോയ ആൾക്കാരോട് കുട്ടിയുടെ അച്ഛൻ പറഞ്ഞു:

"ഒരു കുല നേന്ത്രപ്പഴം ഉണ്ണൂണ്ണിക്ക് കൊടുക്കാന്നൊരു നേർച്ച നേർന്നു."

അവർ ബോധ്യം വന്ന് തിരിച്ചുപോയി.

"ഗണപതീന്റെ സേവണ്ട്. നേർച്ച നേർന്നോക്കിൻ. ഫലിക്കാണ്ടിരിക്കില്ല്യ." ആൾക്കാർ തമ്മിൽത്തമ്മിൽ പറഞ്ഞു.

"വെറുത്യൊന്നല്ല. മയിൽപ്പാറേന്റെ നെറൂന്ന് ബിംബം കുഴിച്ചെട്ത്തേന് ഭഗവാൻ കണ്ടറിഞ്ഞ് കൊട്ത്തിരിക്ക്ണൂ."

"സേവ്യൊന്നല്ല കൂട്ടരെ. സാക്ഷാൽ ഗണപതിതന്ന്യാ. കണ്ട്ല്ല്യ ആ കുമ്പേം തടിയും. തീറ്റ്യാണെങ്കിൽ അതുപോലെ തന്നെ. ഒരു തുമ്പിക്കയ്യിന്റെ കൊറവ്ണ്ട്ന്നേള്ളൂ."

ഉണ്ണൂണ്ണിയെക്കാണാൻ കിനാവൂരിൽ വന്ന പുറംനാട്ടുകാർ പുഴക്കടവിലെ പെണ്ണുങ്ങളും ചായപ്പീടികകളുടെ മുമ്പിൽ വെയിലുകാഞ്ഞ് പതിനഞ്ചും പുലിയും കളിക്കുന്ന നാട്ടുകാരും പറഞ്ഞ പുതിയ വാർത്തകൾ കേട്ട് എല്ലാം വിശ്വസിച്ച് മടങ്ങി.

ഒരുനാൾ പുഴക്കരെയുള്ളൊരു വീട്ടിലെ പെൺകുട്ടിയുടെ കാതിലെ കമ്മൽ സ്കൂൾ വിട്ടുവരുന്ന വഴി എങ്ങനെയോ കുട തട്ടി പാടത്തെ ചളിയിലേക്ക് തെറിച്ചുപോയി.

കരഞ്ഞുവിളിച്ചാണ് അവൾ വീട്ടിലെത്തിയത്. കാര്യമറിഞ്ഞപ്പോൾ അമ്മയുടെ കൈയിൽനിന്ന് പൊതിരെ തല്ലുകിട്ടി. അപ്പൊത്തന്നെ കുട്ടിയെയും കൂട്ടി അമ്മ കമ്മൽ തെറിച്ചുവീണ കണ്ടത്തിന്റെ വരമ്പിലെത്തി.

"എവിടെക്ക്യാടി അസത്തേ തെറിച്ചത്?" കുട്ടിയുടെ ചന്തിയിൽ പിന്നെയുമൊരു പെട വീണു.

"ദാ അവടയ്ക്ക്" എങ്ങോട്ടെന്നില്ലാതെ അവൾ കൈചൂണ്ടി.

ചവിട്ടിയാൽ മുട്ടറ്റംവരെ ചെളിയിൽ പൂണ്ടു പോവും. കലങ്ങിയ വെള്ളം. കതിര് വരാറായ നെല്ലും. എവിടെ നോക്കാനാണ്.

ആ അമ്മയുടെ മനസിൽ പെട്ടെന്നൊരു വെളിച്ചം തെളിഞ്ഞു. നെഞ്ചിൽ കൈ ചേർത്ത് അവർ പറഞ്ഞു:

"ഈശ്വരാ, ആ കമ്മൽ കിട്ട്യാല്, ഉണ്ണൂണ്ണിക്ക് ഒരു നേരത്തെ സദ്യ കൊട്ക്കായിരുന്നു."

അവർ മുണ്ട് മുട്ടോളം കയറ്റി കണ്ടത്തിലിറങ്ങി ഒരു പിടി ചെളിവാരി.

ചേറ് മാത്രം കിട്ടി.

മൂന്നാമത്തെ വാരലിന് കൈയിൽ കമ്മൽ തടഞ്ഞൂന്നാണ് നാട്ടുകാർ പറഞ്ഞത്.

മൂന്നാംദിവസം രാവിലെ ആ അമ്മ ഉണ്ണൂണ്ണിയുടെ വീട്ടിലെത്തി.

"ഉണ്ണൂണ്ണ്യേ. ന്നുച്ചയ്ക്ക് ഊണ് അവിട്യാണ്ട്ടൊ." അവർ പറഞ്ഞു.

ആ അമ്മയുടെ കൂടെ ഉണ്ണൂണ്ണി അവന്റെ ചങ്ങാതിയെയും കണ്ടു.

'പോയാലോ.' പെട്ടെന്നൊരു ചിന്ത. 'പക്ഷേ മോശമല്ലേ.'

അവസാനം ഉണ്ണൂണ്ണി പറഞ്ഞു:

"അച്ഛനോട് ചോയ്ച്ച് നോക്കൂ."

നേർച്ചയുടെയും കമ്മലിന്റെയും കാര്യമൊക്കെ കേട്ടെങ്കിലും ഏറെ നേരത്തെ തടസ്സം പറച്ചിലിനുശേഷം മടിച്ചുമടിച്ചാണ് അച്ഛൻ സമ്മതിച്ചത്.

"ഉണ്ണൂണ്ണി ഉച്ചയ്ക്കവ്ട്ന്നുണ്ടോളൂ" അച്ഛൻ പറഞ്ഞു.

ഉണ്ണൂണ്ണിയുടെ ഊണിനെപ്പറ്റി എല്ലാവർക്കും അറിയാമായിരുന്നതുകൊണ്ട് ഒന്നിനും ഒരു കുറവുമുണ്ടായില്ല. അവന്റെ ഇലയിലേക്ക് വിഭവങ്ങൾ പിന്നെയും പിന്നെയും വന്നു വീണു.

ആ ഊണ് കാണാൻ അയൽപക്കക്കാരൊക്കെ വന്നെത്തിയിരുന്നു.

അവസാനം ഉണ്ണൂണ്ണി പറഞ്ഞു: "മതി."

ഒരേമ്പക്കമിട്ടാണ് അവൻ എണീറ്റത്.

ഉണ്ണൂണ്ണി മടങ്ങിയപ്പോൾ അടുക്കളയിൽ കൂട്ടംകൂടി നിന്ന പെണ്ണുങ്ങൾക്കതുതന്നെയായി വർത്തമാനം.

"നേരിട്ട് കണ്ടപ്പഴല്ലേ ഒക്കെ സത്യാന്ന് ബോധ്യായത്. എന്തൊരൈശ്വര്യാണീശ്വരാ ആ മൊഖത്ത്!"

കിനാവൂരുകാരുടെ സങ്കടങ്ങളിൽ പതുക്കെപ്പതുക്കെ ഉണ്ണൂണ്ണി ഒരത്താണിയായി മാറുകയായിരുന്നു.

ആർക്കെങ്കിലും അസുഖം വന്നാൽ, സാധനങ്ങളെന്തെങ്കിലും കാണാതായാൽ അവരുണ്ണൂണ്ണിയെ ഓർത്തു. കുടുംബത്തിൽ ഛിദ്രം വർധിക്കുമ്പോൾ, കൃഷിയും കച്ചവടവും മോശമാവുമ്പോൾ, പെൺകുട്ടികൾക്ക് കല്യാണത്തിനും പ്രസവത്തിനും സമയമാവുമ്പോൾ, വീടിനും കിണറിനും കുറ്റിയടിക്കുമ്പോൾ അങ്ങനെ തൊട്ടതിനും പിടിച്ചതിനുമൊക്കെ ആളുകൾ ഉണ്ണൂണ്ണിയുടെ പേരിൽ നേർച്ച നേർന്നു.

"ഉണ്ണൂണ്ണിക്കൊരു സദ്യ."
"ഉണ്ണൂണ്ണിക്ക് പത്തെളനീർ."
"ഉണ്ണൂണ്ണിക്കൊരു പറ നെല്ല്."
"ഉണ്ണൂണ്ണിക്കൊരു കുത്ത് മല്ല്."

ഫലം സിദ്ധിച്ചവർ സമയമൊട്ടും കളയാതെ ഉണ്ണൂണ്ണിയുടെ വീട്ടുമുറ്റത്തെത്തി. അവർ അരിയും നെല്ലും പഴവും പച്ചക്കറിയും ഇളനീരും തുണിസാമാനങ്ങളും കൊണ്ടുവന്നു.

അവരോടെല്ലാം ഉണ്ണൂണ്ണി പറഞ്ഞു:

"അച്ഛനോട് ചോയ്ക്കണം."

തടസ്സം പറഞ്ഞുപറഞ്ഞ് അച്ഛന് മടുത്തു. കാഴ്ചകൾ കൊണ്ടുവരുന്നവർ അത് തിരിച്ചുകൊണ്ടുപോവുന്നതെങ്ങനെ? സ്വീകരിച്ചില്ലെങ്കിൽ അവർ മുറ്റത്തുവെച്ച് സ്ഥലം വിടും. അത്ര ഭക്തിയോടെയും വിശ്വാസത്തോടെയുമാണവരുടെ വരവ്.

പതുക്കെപ്പതുക്കെ സത്യം അച്ഛന് ബോധ്യമായി വരികയായിരുന്നു.

ഇതൊന്നും നിയന്ത്രിക്കുന്ന ആൾ താനല്ലെന്ന്.

കൊയ്ത്തും മെതിയും അറ്റുപോയെങ്കിലും ഉണ്ണൂണ്ണിയുടെ വീട്ടിലെ പത്തായത്തിൽ പിന്നെയും നെല്ല് നിറഞ്ഞു. നെല്ലുകുത്ത് പുരയിൽനിന്ന് പകലന്തിയോളം പണിക്കാരി പെണ്ണുങ്ങളുടെ ഈണത്തിലുള്ള മൂളലുയർന്നു. മച്ചിനകത്ത് കാഴ്ചക്കുലകളും കായ്കറികളും നിരന്നു.

ഉണ്ണൂണ്ണിക്കും ഉണ്ണൂണ്ണിയെ കാണാൻ വരുന്നവർക്കും ചായയും ചോറുമൊരുക്കാൻ അമ്മയും കാഞ്ചനവല്ലിയും ഉത്സാഹിച്ചു. അടുക്കളത്തളത്തിൽനിന്ന് എപ്പോഴും പാത്രങ്ങളുടെ കലപില ശബ്ദമുയർന്നു.

അടുപ്പിൽ തീയറ്റ നേരമുണ്ടായില്ല.

ഒരു ദിവസം, കാണാൻ യോഗ്യനായ ഒരാൾ പടിക്കൽ കാറു നിർത്തി ഉണ്ണൂണ്ണിയെ കാണാൻ വന്നു.

അച്ഛൻ ഉമ്മറത്തുതന്നെയുണ്ടായിരുന്നു.

അയാളും അച്ഛനും കൂടിയാണ് ഉണ്ണൂണ്ണിയുടെ പുരയിലേക്ക് വന്നത്.

വന്നയാൾ കീശയിൽനിന്ന് ഒരുകെട്ട് നോട്ടെടുത്ത് രണ്ടു കണ്ണിലും തൊടുവിച്ച് ഉണ്ണൂണ്ണിക്ക് നീട്ടിക്കൊണ്ട് പറഞ്ഞു:

"ഇതങ്ങട് വാങ്ങിക്കണം."

അത്രത്ര ചെറിയ ഒരു സംഖ്യയായിരുന്നില്ല.

ഉണ്ണൂണ്ണി ഒന്നും മിണ്ടുന്നില്ലെന്ന് കണ്ട് അയാൾ തന്റെ മുണ്ട് വലതുകാൽമുട്ടുവരെ ഉയർത്തിക്കാണിച്ചു. മുട്ടിന് താഴോട്ട് പാദം വരെ കറുത്ത് കരിവാളിച്ചു കിടക്കുന്നു.

"ഇതാ ഈ കാല് ത്രയും ഭാഗം ഒരു ചീഞ്ഞ ചൊററ്യായിരുന്നു. എപ്പഴും പഴുത്തൊലിച്ച് ഈച്ചയാർത്തങ്ങനെ. ആറേഴ്കൊല്ലം ഞാൻ കൊണ്ടു നടന്നു. കാണിക്കാത്ത ഡോക്ടർമാ

രാരൂല്ല്യ. മാറൂലാന്നേ അവരൊക്കെ പറഞ്ഞത്. അവസാനം ഉണ്ണൂണ്ണ്യേപ്പറ്റി കേട്ടറിഞ്ഞ് ന്റെ ഭാര്യ പറഞ്ഞു. ഒരു സംഖ്യ നേർച്ച നേരാന്ന്. ഞാനും സമ്മതിച്ചു. ഒരു മാസമായിട്ടില്ല. ഒക്കെ മാറി. മനുഷ്യന്റേടേക്കൂടെ നടക്കാന്നായി."

ഒരപേക്ഷപോലെ അയാൾ തുടർന്നു: "നേർച്ച നേർന്നതാണ്. ഇതിവിടെ തരാതെ പോയാൽ എനിക്കും കുടുംബത്തിനും സൈ്വര്യം ണ്ടാവില്ല്യ."

അതുംപറഞ്ഞ് അയാളാ പണം ഉണ്ണൂണ്ണിയുടെ കാൽക്കൽ വെച്ചു.

ഒരുനിമിഷം നീണ്ട അമ്പരപ്പകന്നപ്പോൾ ഉണ്ണൂണ്ണി അതെടുത്ത് അച്ഛന്റെ നേരെ നീട്ടി.

അച്ഛൻ പറഞ്ഞു:

"അത് ഉണ്ണൂണ്ണിയുടെ കൈയിൽത്തന്നെ ഇരിക്കട്ടെ."

ഉണ്ണൂണ്ണി പുരയ്ക്കകത്തു കയറി പുസ്തകക്കെട്ടിനിടയ്ക്കെങ്ങോ അത് തിരുകി വെച്ചു.

വന്നയാൾ ഊണും കഴിച്ച് സന്തോഷത്തോടെ തിരിച്ചുപോയി.

മാറാരോഗങ്ങൾ സുഖപ്പെട്ടുവെന്നും പറഞ്ഞ് വലുതും ചെറുതുമായ സംഖ്യകളുമായി അറിയുന്നതും അറിയാത്തതുമായ ദിക്കുകളിൽനിന്ന് ആളുകൾ പിന്നെയും വന്നു. ഉണ്ണൂണ്ണിയുടെ പുസ്തകക്കെട്ടുകൾക്കിടയിൽക്കിടന്ന് നോട്ടുകൾ വീർപ്പുമുട്ടി.

ഒരുനാൾ അതെല്ലാം പെറുക്കി ഒരു കെട്ടാക്കി അച്ഛന്റെ കൈയിലേൽപ്പിച്ച് ഉണ്ണൂണ്ണി പറഞ്ഞു:

"ഇതൊക്കെ അച്ഛൻ തന്നെ സൂക്ഷിച്ചോളൂ. അവടെ വെച്ചാൽ ചെതല് പിടിക്കും."

അച്ഛൻ വിറയ്ക്കുന്ന കൈകളോടെ അത് വാങ്ങി നെഞ്ചോട് ചേർത്ത് കണ്ണടച്ചു പ്രാർഥിച്ച് അകത്തു കൊണ്ടുപോയി വെച്ചു.

പിറ്റേന്ന് പരപരാ വെളുത്തപ്പോഴേ അച്ഛൻ പടിയിറങ്ങിപ്പോയി. എങ്ങോട്ടാണെന്ന് ചോദിച്ച അമ്മയോട് 'പ്പൊ വരാ'ന്നൊരു മറുപടിയേ പറഞ്ഞുള്ളൂ.

രാത്രി ഉണ്ണൂണ്ണി ഉറങ്ങുവോളം അച്ഛൻ തിരിച്ചെത്തിയിരുന്നില്ല. പരോപകാര പ്രിയനായതുകൊണ്ട് എതിലെയെങ്കിലും തിരിഞ്ഞാലും പാതിരയ്ക്കുമുമ്പേ തിരിച്ചെത്താതിരിക്കില്ലെന്ന്

അമ്മയും കരുതി.

ഒരുറക്കം കഴിഞ്ഞ് ഉണ്ണൂണ്ണി ഞെട്ടിയുണർന്നു. ആരോ തന്നെ തൊടുന്നുണ്ട്. കണ്ണു തുറന്നുനോക്കിയപ്പോൾ മണ്ണെണ്ണ വിളക്കിന്റെ നേരിയ വെളിച്ചത്തിൽ കണ്ടു.

കാൽക്കൽ കുമ്പിട്ട് അച്ഛൻ നമസ്കരിക്കുകയാണ്.

“അച്ഛാ, അച്ഛാ. എന്താണീ ചെയ്യ്ണത്?” അവൻ കാലുകൾ പുറകോട്ട് വലിച്ച് എഴുന്നേറ്റിരുന്നു.

“ന്റുണ്ണൂണ്ണി ദൈവമാണ്” തൊഴുകൈയോടെ അച്ഛൻ പറഞ്ഞു.

“ന്തൊക്ക്യാണച്ഛൻ പറയ്ണത്. നിക്ക് മനസിലാവ്ണല്ല്യ.”

ഒരാധാരക്കെട്ട് ഉണ്ണൂണ്ണിയുടെ അടുത്തേക്ക് നീക്കിവെച്ച് അച്ഛൻ പറഞ്ഞു:

“പാടം ഞാൻ മടക്കി വാങ്ങി. ചോയ്ച്ച വെല കൊടുത്തു.”

നനഞ്ഞ ആ കണ്ണുകളിലെ സംതൃപ്തി ഉണ്ണൂണ്ണി ഏറ്റു വാങ്ങി.

ആ രാത്രി പുലരുവോളം ഉണ്ണൂണ്ണിയും അച്ഛനും നാട്ടുവർത്തമാനങ്ങളും പറഞ്ഞിരുന്നു.

പതിനഞ്ച്

വേനലും മഴയും കിനാവൂരിൽ പലവുരു മാറിമാറിക്കടന്നു വന്നു. ഓണവും വിഷുവും ഊഴമിട്ടു വന്നു. കിനാവൂരുകാർ അവർ നട്ട വിത്തുകളിൽനിന്ന് കണ്ണീരും കതിരും തരംപോലെ കൊയ്തെടുത്തു.

എല്ലാം കണ്ടും കേട്ടും അനുഭവിച്ചും കിനാവൂർ പുഴ അപ്പോഴുമൊഴുകി.

പുഴ കിനാവൂരിന്റെ അമ്മയായിരുന്നു. കിനാവൂരിന്റെ നാവുകൾ വരളുമ്പോഴൊക്കെയും അത് പാൽ ചുരത്തി മണ്ണിന്റെ അകം തണുപ്പിച്ചു.

പുഴ കിനാവൂരിനെ സ്നേഹിച്ചു. കിനാവൂരിലെ ഉണ്ണൂണ്ണിയെയും.

ഉണ്ണൂണ്ണിക്ക് പുഴ അമ്മയായിരുന്നു. അവർ പരസ്പരം ഉള്ളറിഞ്ഞവരായിരുന്നു. പുഴയും ഉണ്ണൂണ്ണിയും.

ഉണ്ണൂണ്ണി–

കിനാവൂരിന്റെ ജീവിക്കുന്ന ഇതിഹാസം.

കുട്ടികളുടെ ഉണ്ണൂണ്ണിമാമൻ.

മുതിർന്നവർക്ക് ദൈവപുരുഷൻ.

പുഴയുടെ പ്രിയ പുത്രൻ.

ഐതിഹ്യങ്ങളും കെട്ടുകഥകളും ചിറകുകൾ മുളച്ച് അതി

രുകൾ താണ്ടി പറന്നു നടക്കുമ്പോഴും കിനാവൂരുകാരുടെ കൺമുമ്പിൽ ഉണ്ണൂണ്ണിയുണ്ടായിരുന്നു.

ഉണ്ണൂണ്ണി എല്ലാവരെയും സ്നേഹിച്ചു. ആളും തരവും വലിപ്പവും ചെറുപ്പവും നോക്കാതെ.

ആണ്ടറുതികളും മറ്റ് വിശേഷനാളുകളും വരുമ്പോൾ ഉണ്ണൂണ്ണിയെ വീട്ടിലേക്കാനയിച്ച് സദ്യകൊടുക്കാൻ ആളുകൾ ഊഴം കാത്തിരുന്നു. കടന്നു ചെല്ലുന്ന വീടുകളിലെല്ലാം എതിരേൽക്കാൻ നിറപറയും നിലവിളക്കും അണിഞ്ഞൊരുങ്ങി.

വഴിപാടുകളും കാഴ്ചകളും പതിവായി വീട്ടുമുറ്റത്തെത്തി. ശരണാർഥികൾക്ക് ഉണ്ണൂണ്ണിയുടെ വീട് എന്നുമൊരാലംബമായിരുന്നു. രാവെന്നോ പകലെന്നോ വ്യത്യാസമില്ലാതെ ഒരില ചോറ് എപ്പോഴുമവിടെ ബാക്കി നിന്നു.

പണമോ, പൊന്നോ, അരിയോ, നെല്ലോ ആവശ്യമെന്തുമാകട്ടെ ആ വാതിൽക്കൽ ചെന്ന് മുട്ടുകയേ വേണ്ടൂ.

ഉണ്ണൂണ്ണി കണ്ടറിഞ്ഞ് കൊടുക്കും. കൈ നിറയെ.

വഴിപാടുകളും കാഴ്ചകളും മച്ചിലും പത്തായത്തിലും കിടന്ന് പൂത്തു നശിക്കാൻ ഉണ്ണൂണ്ണി സമ്മതിച്ചില്ല. ഒരു കൈയിലേറ്റു വാങ്ങിയത് മറുകൈയാൽ ദാനം ചെയ്തു. കിനാവൂരിൽ ഒരടുപ്പും പുകയാതെ പൂച്ച പെറ്റു കിടന്നില്ല.

നിലാവു പരന്നൊഴുകുന്ന ചില രാത്രികളിൽ ഉറക്കം അടുത്തുവരാൻ മടിച്ചുനിൽക്കുമ്പോൾ ഉണ്ണൂണ്ണി പുരയിൽനിന്ന് പുറത്തിറങ്ങാറുണ്ട്. കിനാവൂർ മുഴുവൻ അപ്പോഴുറക്കമായിരിക്കും. വയൽവരമ്പുകളിലൂടെയും നടപ്പാതകളിലൂടെയും അവനൊറ്റയ്ക്ക് നടക്കും. വഴിവക്കിലെ ചില വീട്ടുപടികളിൽ കുറെനേരം നിൽക്കും. സുഖമായുറങ്ങുന്ന തന്റെ ചങ്ങാതിമാരെ ഓർക്കും.

പിന്നെയും നടക്കും. ആ നടത്തം പുഴയുടെ തീരത്തോളം നീളും.

പുഴയുടെ കടവുകളിലൊന്നിൽ ഓളങ്ങളിൽ കാൽ തൊടുവിച്ച് ഏതെങ്കിലുമൊരു പാറക്കല്ലിൽ ഉണ്ണൂണ്ണി ഇരിക്കും. ഓളപ്പരപ്പിൽ നിലാവു വരച്ചു മായ്ക്കുന്ന നൂറു നൂറു ചിത്രങ്ങളിൽ വെറുതെ കണ്ണു നട്ടിരിക്കും.

സ്വച്ഛന്ദ പ്രവാഹിനി. കിനാവൂരിന്റെ സ്വപ്നങ്ങൾക്ക് എന്നും ഊടും പാവും നെയ്യുന്ന പുഴ.

നിലാവിൽ പുഴയുടെ ഓളങ്ങൾ നിരനിരയായി വന്ന് ഉണ്ണൂണ്ണിയുടെ പാദങ്ങളെ തഴുകി. ഒരു പാട്ടേറ്റു ചൊല്ലാൻ, ഒരു കഥ കേട്ട് കുളിരണിയാൻ കൊതിച്ച് അവ തന്നെ വന്ന് ഇക്കിളിപ്പെടുത്തുകയാണെന്ന് ഉണ്ണൂണ്ണിക്ക് തോന്നി.

നിലാവൊഴുകുന്ന മണൽപ്പരപ്പ് അപ്പോൾ ശാന്തമായുറങ്ങുകയായിരിക്കും, ഉണ്ണൂണ്ണി പറഞ്ഞ ആയിരം കഥകളിലെ രാജകു

മാരന്മാരെയും രാജകുമാരിമാരെയും സ്വപ്നം കണ്ടുകൊണ്ട്.

പുഴയ്ക്കറിയാം തന്നോട് മാത്രം പങ്കിടാൻ ഒരു നൂറു മോഹങ്ങളും ദുഃഖങ്ങളും കൊണ്ടാണ് ഉണ്ണൂണ്ണിയുടെ വരവെന്ന്.

പുഴ ഉണ്ണൂണ്ണിക്കൊരമ്മയായിരുന്നു. സകലതും മറന്നുള്ള ഉണ്ണൂണ്ണിയുടെ ആ ഇരിപ്പ് ചിലപ്പോൾ പുലർച്ചക്കോഴി കൂവും വരെ നീണ്ടെന്നിരിക്കും. മെല്ലെ തിരിച്ചുനടന്ന് പുരയ്ക്കകത്തു കയറി കിടക്കുന്നതൊന്നും ആരുമറിയാറില്ല.

പിന്നെയുമൊരു മേടം വന്നു. കിനാവൂരിന്റെ നാവുകൾ വരണ്ടു. മണ്ണും വിണ്ണും മേടച്ചൂടിൽ വെന്തെരിഞ്ഞു. ശോഷിച്ചൊഴുകുന്ന പുഴ മണ്ണിന്റെ വറ്റാത്ത കണ്ണീർച്ചാലായി.

ജന്മനാളിന്റെ തലേന്ന് ഉണ്ണൂണ്ണി അമ്മയോട് പറഞ്ഞു:

"അമ്മേ നാളെ നിക്കൊന്നും വേണ്ട. ഞാനുപവസിക്കാൻ പോവ്വാ."

"ന്റെ കുട്ടിക്ക് വെശക്കൂലേ?"

"ഒരു ദിവസത്തെ വെശപ്പല്ലേ. സഹിക്കാം."

"ന്നാലും അതു വേണ്ടുണ്ണീ. അച്ഛനോടുകൂടി ഒന്ന് ചോയ്ച്ച് നോക്കിക്കോളൂ."

ഉണ്ണൂണ്ണി നിർബന്ധം പിടിച്ചപ്പോൾ അച്ഛൻ സമ്മതിച്ചു.

"അങ്ങന്യാഷ്ടംച്ചാൽ അങ്ങന്യായിക്കോട്ടെ."

ജന്മനാളു പുലർന്നു. ഉണ്ണൂണ്ണി അതിരാവിലെ കുളിച്ച് പുതിയ മുണ്ടും കുപ്പായവുമണിഞ്ഞു. കാഞ്ചനവല്ലി നിലവിളക്കുമായി വന്ന് ആരതിയുഴിഞ്ഞു.

ജന്മനാളായതുകൊണ്ട് സന്ദർശകരധികമുണ്ടായിരുന്നു. വഴിപാടുകളും നേർച്ചകളും ഉമ്മറക്കോലായിൽ നിറഞ്ഞു.

ചോദിച്ചവർക്കൊക്കെ ഉണ്ണൂണ്ണി കണ്ടറിഞ്ഞ് കൊടുത്തു. കിട്ടിയവർ കൈയും മനസും നിറഞ്ഞ് മടങ്ങി.

ഉണ്ണൂണ്ണി അമ്മയോട് പറഞ്ഞു:

"ഞാനൊന്ന് നടന്നിട്ട് വരാം."

ആ നേരത്ത് പതിവില്ലാത്തതാണ്.

അമ്മ ചോദിച്ചു. "എങ്ങട്ടാ?"

"എല്ലാവരേം ഒന്ന് കാണണം."

"ഉണ്ണാറാമ്പഴയ്ക്ക് വര്ല്യേ."

"ഊണുവേണ്ട. ഉപവാസല്ലേ."

ഉണ്ണൂണ്ണി പടിയിറങ്ങി നടന്നു. പുഴയോരവും ചെമ്മൺനിരത്തും ഇടവഴികളും വയൽവരമ്പുകളും താണ്ടി മുന്നോട്ടു നീങ്ങി. കിനാവൂരിലെ വീടുകളിലോരോന്നിലും ഉണ്ണൂണ്ണി കയറിയിറങ്ങി. എല്ലാവരേയും കണ്ടു കുശലം പറഞ്ഞു. അപ്രതീക്ഷിതമായി വിരുന്നുവന്ന ഐശ്വര്യം അവർക്കൊക്കെ നിർവൃതിയായി.

അവിലും പഴവും കൊണ്ടുവന്ന് സൽക്കരിച്ച അമ്മമാരോട് ഉണ്ണൂണ്ണി പറഞ്ഞു:

"ഇന്ന് പിറന്നാളാ. ഉപവാസത്തിലാ. ഒന്നും കഴിക്കില്ല്യ."

തോളിലും കൈകളിലും തൂങ്ങി 'ഉണ്ണൂണ്ണിമാമൻ പോകേണ്ടെ'ന്ന് പറഞ്ഞുകരഞ്ഞ ചങ്ങാതിമാരെ അവൻ പലപ്രകാരത്തിൽ സമാധാനിപ്പിച്ചു.

സന്ധ്യക്ക് വീട്ടിൽ തിരിച്ചെത്തുമ്പോൾ ആ മുഖം വാടിത്തളർന്നിരുന്നു.

"ഒരു കോപ്പ സംഭാരം കഴിച്ചോളൂ" അമ്മ നിർബന്ധിച്ചു.

"വേണ്ട ഈയൊരു രാത്രീം കൂട്യല്ലേ വേണ്ടൂ. നാളെ നേരം വെളുക്കൂലോ."

പതിവും നേരത്തെ ഉണ്ണൂണ്ണി അന്ന് പുരയ്ക്കകത്തു കയറി വിളക്കണച്ച് കിടന്നിരുന്നു.

ആ രാത്രി നിലാവു നിറഞ്ഞതായിരുന്നു.

കിനാവൂരിലേക്കുള്ള അവസാനത്തെ ബസും വന്ന് അവസാനത്തെ യാത്രക്കാരനും സ്ഥലംവിട്ട് മാത്രം പീടിക പൂട്ടാറുള്ള കച്ചവടക്കാരാരോ അമ്പലത്തിന്റെ മുന്നിലെ വഴിയോരത്ത് പാതിരയ്ക്ക് ഉണ്ണൂണ്ണിയെ കണ്ടു. ചൂട്ടുമിന്നിച്ച് അടുത്തു വന്ന് അവർ ചോദിച്ചു:

"ഉണ്ണൂണ്ണ്യേന്താ ഈ നേരത്ത്?"

"അമ്പലത്തിൽ പോയിരുന്നു."

"ഈ പാതിരയ്ക്കോ?"

"ഒന്നു തൊഴണന്ന് തോന്നി."

"നടയടച്ചീർന്നില്ല്യേ?"

അതുകേട്ട് ഉണ്ണൂണ്ണി ചിരിച്ചത്രേ.

അവർ നോക്കി നിൽക്കേ പടിഞ്ഞാറേ മാനത്ത് കാറു വന്നു

മൂടി. ആരോ തെളിച്ചു വിട്ട ആനക്കൂട്ടംപോലെ അവ ആകാശത്ത് പരക്കം പാഞ്ഞു. കരിമേഘങ്ങൾ നിലാവിനെ വിഴുങ്ങി. തണുത്ത ചൂളക്കാറ്റ് വീശി. മരത്തലപ്പുകൾ മുടിയഴിച്ചുലഞ്ഞാടി.

എങ്ങുനിന്നോ കാലം തെറ്റിവന്ന ഒരു മഴയുടെ ഇരമ്പൽ കേട്ടു.

"ഉണ്ണൂണ്ണ്യേ, കാറ്റും കോളും വര്ണ്ണ്ട്. വേഗം വീട്ടിലേക്ക് പൊയ്ക്കോളൂ."

കച്ചവടക്കാർ പറഞ്ഞു.

ഉണ്ണൂണ്ണി ഒന്ന് മൂളുക മാത്രം ചെയ്തു. മെല്ലെ നടന്ന് പുഴക്കരയിലേക്ക് ഇറങ്ങിയപ്പോൾ അവർ പിന്നേയും ചോദിച്ചു:

"ആ വഴിക്കെങ്ങട്ടാ?"

"ചുട്ട് പൊള്ള്ണു. ഒന്ന് കുളിക്കണം."

കാലം തെറ്റി വന്ന കാറ്റും കോളും രാത്രി കിനാവൂരിൽ കലാപമഴിച്ചുവിട്ടു. പുലരുംവരെ തുള്ളിക്കൊരു കുടം പെരുമഴ പെയ്തിറങ്ങി. കാറ്റ് കുലയ്ക്കാറായ നേന്ത്രവാഴത്തോപ്പുകളുടെ കഴുത്തൊടിച്ചു വിട്ടു. കുടിലുകൾ പലതും നിലംപൊത്തി. മരങ്ങൾ കടപുഴകി. കുത്തിയൊലിച്ചുവന്ന മലവെള്ളം കിനാവൂർ പുഴയുടെ തീരങ്ങളെ മൂടി.

നേരം വെളുത്തപ്പൊഴേ ധൃതിപ്പെട്ട് ഉണ്ണൂണ്ണിയെ ഉണർത്താൻ വന്ന അമ്മയാണാദ്യം കണ്ടത്. പായ ഒഴിഞ്ഞു കിടക്കുന്നു.

അവർ നീട്ടി നാലഞ്ചു വിളി വിളിച്ചു. മറുപടിയില്ല.

വിളി കരച്ചിലായി. അലമുറയായി.

ആ അലമുറ കിനാവൂരിനെ ഉണർത്തി.

"എന്തേ? എന്തേ?" എല്ലാവരും പരസ്പരം ചോദിച്ചു.

"ഉണ്ണൂണ്ണ്യേ കാണാനില്ല്യത്രെ."

മഴപെയ്തു കുതിർന്ന കിനാവൂരിലെ നടവഴികളിലൂടെ ആണും പെണ്ണും ഉണ്ണൂണ്ണിയുടെ വീട്ടിലേക്കോടിക്കൂടി. അവർ മുറ്റവും തൊടിയും നിറഞ്ഞുകവിഞ്ഞു നിന്നു.

"എവിടെ? എവിടെ?"

അവർ മുഖത്തോടു മുഖംനോക്കി ചോദിച്ചു.

രാത്രി അവസാനം ഉണ്ണൂണ്ണിയെ കണ്ട കച്ചവടക്കാർ അമ്പലമുറ്റത്തുനിന്ന് പുഴക്കരയിലേക്ക് ഉണ്ണൂണ്ണി നടക്കുന്നതു കണ്ട കാര്യം പറഞ്ഞു.

അതോടെ ആളുകൾ പുഴക്കരയിലേക്ക് പ്രവഹിച്ചു. മല വെള്ളം മൂടാത്ത മൺതിട്ടകളിൽ തിക്കിത്തിരക്കി നിന്ന് പുഴയിലേക്ക് നോക്കി.

കുത്തിയൊലിക്കുന്ന മലവെള്ളം. ഇടയ്ക്കിടെ തെളിയുന്ന ചുഴികൾ. ചുഴികളിൽ കിടന്ന് നട്ടംതിരിയുന്ന കൊമ്പും ചില്ലകളും.

കരയിലെ ഒരായിരം കണ്ണുകൾ ആ ചുഴികളിലുടക്കി നിന്നു. ആരും ഒരക്ഷരം ഉരിയാടിയില്ല.

അവർക്കു മുമ്പിൽ ഏതോ മഹാരഹസ്യവുമുള്ളിലൊളിപ്പിച്ച് പരിഹസിച്ചു ചിരിച്ച് കിനാവൂർ പുഴയൊഴുകി.

www.ingramcontent.com/pod-product-compliance
Lightning Source LLC
LaVergne TN
LVHW040822051026
849519LV00007BA/2716
* 9 7 8 9 3 8 3 1 5 5 9 2 7 *